काळजात धावतोय ससा...

फिरस्ती

उत्तम कांबळे

सकाळ प्रकाशन

 सकाळ प्रकाशन

काळजात धावतोय ससा (फिरस्ती)

उत्तम कांबळे

चार्वाकाशय, दिंडोरी रोड, डॉ. देवधर शाळेसमोर, म्हसरूळ, नाशिक - ४२२ ००४

© लता उत्तम कांबळे

प्रथम आवृत्ती : सप्टेंबर २०१७

अक्षरजुळणी व मांडणी : विकास प्रिंटिंग ॲन्ड कॅरिअर्स प्रा. लि.

मुखपृष्ठ : रूपा देवधर, पुणे

प्रकाशक
सकाळ पेपर्स प्रा.लि.
५९५, बुधवार पेठ, पुणे ४११ ००२

ISBN No. 978-93-86204-75-2

अधिक माहितीकरिता

संपर्क - ०२०-२४४० ५६७८/८८८८८ ४९०५०

sakalprakashan@esakal.com

सामाजिक जाणिवांचा एक आविष्कार असलेले
प्रा. डॉ. नितीश सावंत,
निवृत्त पोस्टमन हिरामण नेटावटे
आणि अवतार सिंग यांच्या जाणत्या वाचनासाठी

- उत्तम कांबळे

अनुक्रमणिका

१.	गांधी आणि आर्टकल्चर	५
२.	सुखाच्या देशात 'टॉक अँण्ड मॅरी'	९
३.	पुन्हा एकदा दुष्काळ	१४
४.	कुछ गलत तो नहीं कहा?	१८
५.	बाप रडला ढसाढसा...	२१
६.	गायीचा एक्स-रे	२५
७.	एक तरी दुःख ठेवा जपून...	२९
८.	वाईतलं भीममय आयुष्य	३३
९.	आर्ट्सचं काय करायचं..?	३८
१०.	इनोव्हा आणि काळ्या माशाची बदली	४२
११.	देवेंद्रभाऊंचा भाऊ!	४६
१२.	गुप्तांच्या डायरीत गांधी	५०
१३.	कर्ज चुकवायचंय, उघडा दरबाजा...	५५
१४.	'त्या'ची घरवापसी	५९
१५.	दिल है छोटासा, छोटीशी आशा...	६४
१६.	तीस कोटी लिटर पाण्याची कथा	६७
१७.	जुन्या पायऱ्यांवरचे नवे वाघे	७१
१८.	मरणाच्या भरपाईची सावली	७४
१९.	व्हेरिफिकेशन	७८
२०.	गुरुवारचा खाऊ	८२
२१.	काळजात धावतोय ससा...	८५
२२.	वेदना बनलेलं सौंदर्य	८९
२३.	छोट्या बाहुल्यांची मोठी स्वप्नं	९३
२४.	माणूस झालं की जाम पळता येतं...	९६
२५.	वर्षश्राद्धात गेली कविता	१००
२६.	निलंगा राइस	१०४
२७.	लोकशाही आलीय...	१०८

गांधी आणि आर्टकल्चर

नवं काय घडणार, नवं उत्पादन कोणतं येणार, नवे प्रवाह कोणते येणार याविषयीची भाकितं वर्षानुवर्षे वेगवेगळ्या पद्धतीनं केली जातात. भाकितात येणारे प्रवाह अगोदरच माणसाच्या मनात रुजले, की पुढं त्याची अंमलबजावणी सुसह्य होते. अर्थात, हे प्रत्येक वेळेला घडतंच असं नाही, पण काही वेळेला घडतंही. 'व्हॉट ॲन आयडिया सरजी!' ही जाहिरात थोडीशी आठवा. शिक्षण एक दिवस ऑनलाइन होईल असंच काहीतरी ही जाहिरात सांगायची. धावणाऱ्या जगाची गती पकडण्याचा प्रयत्नही करायची. अर्थात, आपण जाहिरात कशी समजून घेतो, दोन ओळींच्या आणि दोन शब्दांमधल्या पोकळीचा अर्थ कसा समजावून घेतो, यावरही बरंच काही अवलंबून असतं. ज्याचं-त्याचं मन ज्याच्या-त्याच्या कुवतीप्रमाणं काहीतरी पकडत असतं. 'कर लो दुनिया मुठी में' या जाहिरातीचंही तसंच वाटायचं, पण मोबाईलच्या निमित्तानं भ्रमवाचक का असेना, पण जग मुठीत आलं. अर्थात, हे विज्ञान, तंत्रज्ञान किंवा माहिती क्षेत्रातल्या जाहिरातीचं किंवा त्यातून व्यक्त होणाऱ्या भाकितांचं झालं. अध्यात्मातून बाहेर पडणारी भाकितंही काही कमी नसतात. 'काचेच्या नळीत माणसं उगवतील' (टेस्ट ट्यूब बेबी), 'मांडवाशिवाय नवरा-बायको तयार होईल' (लिव्ह इन रिलेशन), 'भूत चूल नेईल...' (हॉटेलिंग), 'घराघरांतच माणसं हरवतील' (संवाद बंद होईल) वगैरे वगैरे. मी स्वतः जत्रेत जाऊन अशी भाकितं कर्नाटकात, महाराष्ट्रात, आंध्रात खूप ठिकाणी ऐकली आहेत. पुढच्या संस्कृतीची चाहूल इतकी परफेक्ट कशी लागते, असा तेव्हा प्रश्न पडायचा. माणसाला भविष्याविषयी उत्सुकता वाटणं, हे त्याच्या जन्मापासून सुरू आहे. या सर्वांचा अर्थ असा नव्हे, की भविष्य सांगून कमाई करणाऱ्यांचं समर्थन करावं! हे सारं भाकीत माणसाभोवतालच्या पर्यावरणाचं असतं. उत्क्रांतावस्था, ज्ञान-विज्ञानाची प्रगती वगैरे गोष्टी वापरून भाकीत करण्याचा प्रयत्न असतो. टच स्क्रीन येईल, थम्ब कोड येईल, असं तीस-चाळीस वर्षांपूर्वी सांगितलं जात होतं. पट्टू न पाहणारी ही गोष्ट विज्ञानानं आता आणली.

भविष्याचा वेध घेणाऱ्या गोष्टी भरपूर आहेत. आपल्या मनातील कल्पना कोणत्या तरी माध्यमातून व्यक्त करण्याचे मार्गही भरपूर आहेत. उदाहरणार्थ, आपलं चलन. आपल्या चलनाचा आकार बदलत बदलत आता प्लॅस्टिक कार्डापर्यंत कसा आलाय, हे आपण सारेच जण पाहतो आहोत. भोकाचा पैसा, आणा, पाव, गिन्नी, पै वगैरे जाऊन त्या ठिकाणी ॲल्युमिनिअमची नाणी कशी आली, याचेही आपण साक्षीदार आहोत. भोकाचा पैसा वजनदार असायचा. दोन-चार पै घेऊन जत्रा करून आलेले लोकही आपल्या अवतीभोवती आहेत. बार्टर सिस्टिम ते ऑनलाइन अशा दीर्घ प्रवासात बरंच पाणी वाहून गेलं.

हे सारं मुद्दाम आठवलेलं नाही. १५ जानेवारी २०१६च्या हळव्या होत असलेल्या सायंकाळी. नव्या मुंबईतील बेलापूर स्टेशनसमोरील एका चौकात उभा होतो. रोज दुपारी आणि कार्यालये सुटल्यानंतर हा चौक जणू काही कमावत्या तरुणांचा स्मोकिंग झोन होतो. नाना तऱ्हेच्या सिगारेटी आणि सिगारेट शिलगवण्याचे, धूर काढण्याचे नाना प्रकार येथे सहजच पाहायला मिळतात. अर्थात, ते न पाहणंच अधिक चांगलं. पण, इच्छा नसतानाही असं दृश्य उभं राहतंच. देशाच्या कानाकोपऱ्यांतून आलेले तरुण येथे जमत असतात. नव्या मुंबईतल्या अनेक कंपन्यांनी तरुणाईच्या मनगटाला काम दिलंय.

...तर एका दुकानात डायरी पाहून बाहेर पडल्यावर हे दृश्य उभं राहिलेलं... एक उदंड उंचीचा तरुण मस्त ऐटीत सिगारेट ओढत होता. त्याचं वैशिष्ट्य म्हणजे पाच-दहा सेकंदाला तो झुरके घेत होता. सिगारेटऐवजी त्यानं अंगात घातलेल्या टी-शर्टवर माझं लक्ष गेलं. नजर टी-शर्टवरच स्थिरावली. त्याचं कारण म्हणजे टी-शर्टवर महात्मा गांधी यांचं चित्र होतं. मला खूप बरं वाटलं. 'गांधीवादापासून दूर निघालेली पिढी,' असं ज्यांचं वर्णन करतात, त्या पिढीच्या निदान शर्टवर तरी गांधीजींचं सुंदर चित्र होतं. विशेष म्हणजे, नथुराम गोडसे याने गांधीहत्या करून जणू काही पराक्रमच केला असल्याचं सांगत त्याच्या जन्म-मृत्यूचे सोहळे साजरे करण्याच्या काळात एका तरुणाच्या शर्टवर गांधीबाबा दिसत होते. अर्थात, हातात सिगारेट आणि छातीवर गांधीबाबा हे दृश्यही तसं खटकतच होतं. या तरुणाने महात्मा गांधींचे 'सत्याचे प्रयोग' आणि व्यसनातून बाहेर पडण्याचे मार्ग वाचलेले नसावेत किंवा बाहेर पडण्याची त्याची हिंमत नसावी. टी-शर्टवर नट-नट्या आणि चित्रविचित्र वाक्ये असण्याच्या काळात तेथे साक्षात राष्ट्रपिता अवतरावेत याबद्दल त्या तरुणाला खूप खूप धन्यवाद द्यावेत, असं वाटत होतं.

मी असाच त्या तरुणाजवळ गेलो आणि टी-शर्टवर बापूंचे चित्र न्याहाळू लागलो. अर्थात, त्याची परवानगी घेऊन.

मी : टी-शर्ट बहुत अच्छा है।

तो : थँक्स.

मी : कहाँ से लिया है?

तो : शायद हैदराबाद से।

मी : तू कोठून आलास?

तो : कर्नाटकातून.

मी : अरे वा, मीपण कर्नाटकाचा. तुला कानडी बोलता येतं का?

तो : नो सर, तुळू.

मंगळुरूजवळ कानडीऐवजी तुळू बोलली जाते. मंगळुरू म्हणजे कर्नाटकातलं एक सर्वश्रेष्ठ निसर्गरम्य ठिकाण. टेकडीवरच्या गव्हर्नमेंट गेस्टहाउसमध्ये राहून समोर बघितलं ना, की मस्तच दिसतोय निसर्ग. मी सांगितलेला अनुभव त्याला सुखावून गेला.

त्याच्याशी थोडी जवळीक वाढली. मी त्याला थेट विचारलं, तुझ्या टी-शर्टचा एक फोटो घेऊ का मोबाईलवर?

तो हसत आणि तोंडातील धुराचा भपकारा सोडत म्हणाला, ''ओह शुअर, बट ओन्ली टी-शर्ट. नॉट ऑफ माइन.''

मी पटापट फोटो घेतले आणि म्हणालो, ''डू यू लव्ह गांधी?''

तो निवांतपणे म्हणाला, ''तसं काही नाहीय. जस्ट चेंज. मेरा टी-शर्ट अच्छा लगा आप को?''

मी : हो, तुझा टी-शर्ट चांगला आहे.

तो : थँक्स अगेन.

मी : टी-शर्टवर ज्यांचे चित्र आहे ते म्हणजे महात्मा गांधी आहेत. त्याचा अर्थ काय? काही मेसेज आहे?

तो : नुसतेच ते गांधी नाहीत. शेजारी दोन सुंदर नृत्यांगनाही आहेत. दोनों को इंडियन करन्सी में फिट किया है।

मी : क्यों? इसका मतलब क्या है?

तो : थॉट, आर्ट और कल्चर अपनी करन्सीपे आनी चाहिए. वैसे तो ऐसा मुझे नही लेकीन किसी को तो लगता होगा... आगे चलकर की यह बात है।

मी : आप को अच्छा लगा?

तो : हां, वैसे तो सीरियसली नहीं सोचा, लेकिन आयडिया तो बुरी नहीं है।

आपल्या देशाच्या चलनात असलेल्या नोटांमध्ये काय सुधारणा करावी, कोणती छायाचित्रे, चित्रे आणावीत किंवा नोटेचं नवं डिझाइन कसं असावं यावर कुणीतरी, कुठंतरी कल्पना करतंय आणि हीच नेमकी कल्पना टी-शर्टवर अवतरलीय... अजून कुठं कुठं

अवतरेल हे सांगता येत नाही; पण मुंबईतले काही तरुण तरी ती घेऊन फिरत आहेत.

पूर्वी एखादी गोष्ट अस्तित्वात आल्यानंतर चर्चा व्हायची. आता काही बाबतीत अशा गोष्टी अस्तित्वात येण्यापूर्वींच चर्चा झडतात. मला वाटतं त्यात गैर काही नाहीय. नव्या काळात जाहिराती पाहूनच अनेक जण वस्तूचं बुकिंग करतात. वस्तू नंतर पाहतात. नोटा जन्माला घालण्यापूर्वी अनेक वर्षें वेगवेगळ्या प्रकारे चर्चा होत असते. कागदाचं वजन, प्रत, रेखाटनं, चित्रं, मुद्रा वगैरे वगैरे. चर्चेच्या अनेक फेऱ्यांतून आणि प्रसंगी वादविवादातून या गोष्टी कासवाच्या गतीनं पुढं पुढं सरकत असतात. कल्पनेतल्या नव्या नोटेचं काय होणार ठाऊक नाहीय. खरंच अशी नोट येईल, खरंच ती सर्वांना आवडेल, नोटेवर उतरवायचा आशय म्हणजे विचार आणि कला सगळ्यांनाच भावेल.

कला-संस्कृती व्यक्त करण्यासाठी नर्तिकाच दाखवावी लागेल? कला असंख्य रूपात असताना मग नर्तिकाच का पकडायची? असे कितीतरी प्रश्न टी-शर्टवरच्या स्वप्नातील नोटेने जन्माला घातले होते. एक मोठा गुंता होता आणि तो सोडवण्यासाठी अर्थातच काळ आणि या काळातील नवं जगच उत्तर देणार होतं... खोट्या नोटेवर आज जे काही दिसतं त्याचं उद्या काय होणार आहे..!

२२ मे २०१६

■ ■ ■

सुखाच्या देशात 'टॉक अँड मॅरी'

भूतानची राजधानी थिम्पू असली तरी शेजारचं पारो शहर मात्र खूप झपाट्यानं विकास पावतं आहे. विमानतळ, औद्योगिकीकरण ही काही त्यामागची कारणं आणि पर्यटनासाठी जगभराच्या पर्यटकांची होणारी गर्दी. याच शहरात दीड-दोन हजार फूट उंचीवरच्या हॉटेलात आमची निवासाची सोय होती. भूतानच्या दौऱ्यात एक गोष्ट एव्हाना लक्षात आली होती, की बहुतेक हॉटेलमध्ये मुलीच कामाला असतात. स्वागत कक्ष ते बुकिंग सर्वत्र त्याच काम करत असतात. विशेष म्हणजे, बहुतेक मुली बहुविध कामे करतात. कमीत कमी मनुष्यबळात मोठमोठी हॉटेलं चालवणं, हा त्यामागचा एक हेतू असू शकतो. शिवाय, यांत्रिकीकरणाचा लाभही मोठ्या प्रमाणात करून घेतला जातो. या हॉटेलमध्ये काम करणाऱ्या मुली शेजारीच कुठंतरी टेकडीवर आपापल्या घरात राहतात. कामासाठी हॉटेलवर येतात. काम संपलं की निघून जातात. मोडकीतोडकी का असेना; पण इंग्रजी, हिंदी त्यांनी आत्मसात केलीय.

एका सायंकाळी हॉटेलच्या गॅलरीत निवांतपणे निसर्ग पाहत होतो. चहाची ऑर्डर घेऊन ती तरुणी आली. काही वेळापूर्वी ती व्यवस्थापनाचं काम करत होती. चहाचा ट्रे स्टूलवर ठेवून आणखी काही हवंय का, हे विचारण्यासाठी ती तशीच उभी राहिली.

मी तिला प्रश्न विचारला, तुझं शिक्षण किती?

ती : बारावीपर्यंत

मी : हॉटेलमध्ये काय करतेस?

ती : सगळं करते.

मी : पगार किती मिळतो?

ती : महिन्याला दहा हजारांपर्यंत.

मी : पगार खूप कमी आहे का?

ती : नाही. पुरेसा आहे. भागतं त्यात.

मी : तुझा देश सुखी आहे का?

ती : होय. आम्हाला त्याचा अभिमान आहे.

मी : देश सुखी का वाटतो? तुम्ही लोक सुखी आहात का? आणि सुखाची कल्पना काय?

थोडं गंभीर होत ती म्हणाली, ''एकतर आमच्याकडे सर्वांना शिक्षण मोफत आहे. बेकारी खूपच कमी आहे. आरोग्याची काळजी सरकारच घेतं. पैसे द्यावे लागत नाहीत. आमच्याकडे गुन्हे खूप कमी होतात. शिस्त खूप आहे. महिलांसाठी खूप सुरक्षितता आहे. बलात्कारासारखे गुन्हे अपवादानेच. भीक मागणारेही अपवादानेच. आमचा निसर्ग खूप छान आहे. आणखी काय हवंय.''

मी : लग्नासाठी मुलींच्या कुटुंबाकडून हुंडा घेतला जातो का?

ती : छे, छे! लग्नानंतर आमचा नवराच आमच्या घरी कायमस्वरूपी राहण्यासाठी येतो. आमच्याकडेच राहून तो त्याच्या आई-वडिलांचीही सेवा करू शकतो. लग्नात कसलाही बडेजाव नाही. मुलं-मुली स्वतःचा जोडीदार निवडू शकतात. कोर्टात विवाह नोंदणी करू शकतात. खर्च वाढू नये म्हणून धार्मिक कार्यालाही फाटा दिला जातो. कसलीही अडचण, नियम-अटींचा प्रश्न नाही. 'जस्ट टॉक ऑण्ड मॅरी...'

मी : लग्नात पुरोहितांना बोलावल्यावर खर्च करावा लागतो का?

ती : होतो थोडाफार. तीन धर्मगुरू येतात. त्यांच्या त्यांच्या पदाप्रमाणे त्यांना दान करावं लागतं. बऱ्याच वेळेला गरिबाकडे पैसे नसतात. विशेष म्हणजे, त्याच्याशिवाय लग्न होतं.

एक गोष्ट सांगायची राहून गेली, की भूतानमध्ये बुद्धिस्ट धर्मगुरूंना म्हणजे महायान पंथातील गुरूंना सरकार मासिक वेतन देतं. त्यांनी अराजकीय असावं म्हणून त्यांना मतदानाचा अधिकारही दिलेला नाही.

असो. मी त्या तरुणीला पुन्हा सुखाच्या कल्पनेकडं वळवत म्हणालो, ''केवळ जगण्याला सुख म्हणता येईल काय? विकासाचं काय करायचं?''

ती : आमचाही विकास होतोच की. माझंच पाहा ना! मी शिकले. नोकरी करतेय आणि हो विकासाच्या कल्पना किती आणि कुठंवर ताणायच्या, हे आम्हाला बुद्ध शिकवतो. आम्ही त्याचं ऐकतो.

तिचं उत्तर ऐकून बरं वाटलं. बुद्धाचा विकासविचार सम्यकतेत बसतो. सारं काही सम्यक! अधिक लालसा म्हणजे अधिक दुःख आणि सम्यक लालसा, सम्यक दुःख...

भूतानमध्ये भिक्खूंपासून, व्यावसायिकांपासून ते ड्रायव्हरपर्यंत अनेकांशी सुखावर

बोलत होतो. आम्ही सुखी आहोत, असेच सारे जण सांगत होते. सुखाच्या आपापल्या कल्पना ते सांगत होते.

पारोतल्या एका बुद्धिस्ट मंदिरासमोर एक महिला पाठीला पोर लावून आली. मंदिराकडे पाहतच ती आवारात झाडाखाली बसली. पोराला भरवू लागली. आम्ही तिचा फोटो घेतला. पोराला भरवून ती उठली. पोर पुन्हा पाठीला बांधून इकडं-तिकडं फिरू लागली. तिचं पोर खूपच गोड होतं. मी तिच्याजवळ जाऊन पोरासाठी खाऊ घे म्हणून काही पैसे दिले. ती म्हणाली, ''मी बऱ्यापैकी सुखी आहे. तुमचे पैसे पोराच्या प्रेमापोटी आहेत. मी त्याला खाऊ देईन, पण ही भीक नव्हे...''

मी 'हो' म्हणालो. जेवणाच्या तासाभराच्या सुटीनंतर मंदिर उघडलं. तीही आत आली. बुद्धासमोर तिनं काही नोटा ठेवल्या. नैवेद्य ठेवला. पुजाऱ्याकडून आशीर्वाद घेतला. मंदिरात जी मूर्ती होती तिला चार डोकी आणि हजार हात होते. कुतूहल म्हणून मी पुजाऱ्याला विचारलं, की ''मूर्ती कुणाची आहे?'' तो म्हणाला, ''बुद्धाची.'' मला धक्काच बसला. पटत नव्हतं. एक मात्र खरं होतं, की बुद्ध बाहेर ज्या ज्या देशात गेला तिथे त्या त्या संस्कृतीने त्याला आपल्यात सामावून घेतलंय.

भूतानमध्ये परदेशी प्रकल्प मोठ्या प्रमाणावर आले आहेत. ते पूर्ण होईपर्यंत तरी मजुरांची गरज भासणार आहे. एक भारतीय व्यावसायिक म्हणाला, ''काही कामं अशी आहेत, की ती भारतीय मजुरांकडूनच करून घ्यावी लागतात. भूतानी मजूर तिथं टिकत नाही. टिकला तरी गरजेपुरतंच काम करतो. पर्यटन क्षेत्रातच ते मोठ्या प्रमाणात आहेत. भूतानमधलं पाणी, निसर्ग, गॅस म्हणजे सर्वांत मोठं मार्केट झालं आहे. डोंगरदऱ्यांवरून मस्तपैकी गुणगुणत आणि चमकत येणारं पाणी रात्रंदिवस बाटलीबंद करण्याचं काम शीतपेय कंपन्या करत असतात. वीज विकली जात असते वगैरे वगैरे...''

खरंतर भूतान सर्वांत चिमुकला म्हणजे सात-आठ लाख लोकसंख्येचा देश. बहुतांश भारतावरच अवलंबून असलेला. कमी लोकसंख्या हेसुद्धा सुखी देशामागचं एक कारण असू शकतं. बुद्धाचे मोठमोठे पुतळे उभारून, आपल्या सुंदर परंपरांचं सुंदर प्रदर्शन करून, डोंगरदऱ्यांचा व्यवसाय बनवून, आर्थिक कमाई करण्याचा प्रयत्न तो करतोय. या देशात येण्यासाठी भारतीयांना पासपोर्ट लागत नाही. रुपया सर्वत्र चालतो.

संपूर्ण दौऱ्यात भूतानमध्ये साऱ्यांचे चेहरे हसतमुखच दिसायचे. जणूकाही या चेहऱ्यांवर 'युनो'नं एक वाक्य लिहिलंय, 'हॅपी कंट्री!'

असंच एक सुंदर राज्य तुम्हाला भूतानच्या सीमेवर भेटतं आणि ते म्हणजे सिक्कीम... हेही कमीत कमी लोकसंख्येचं आणि आपल्या लोकसंख्येच्या दुप्पट-तिप्पट पर्यटक खेचणारं... राज्यपालपद पिंजऱ्यात न ठेवता ते सामान्य माणसापर्यंत नेण्याचं

काम करत असलेले श्रीनिवास पाटील यांची राजभवनावर भेट घेतली. खरंतर आपलं राष्ट्रपती भवन आणि देशभरातील राजभवनं पाहिली, की आपल्या देशाला 'बीपीएल'वाला देश म्हणण्याची कुणाची हिंमत होणार नाही. गरिबांचा देश चालवणारी इथली व्यवस्था मात्र खूपच श्रीमंत आहे. महाराष्ट्रातून आलेल्या श्रीनिवास पाटील यांनी आपल्या राज्यपालपदाचं पूर्णपणे सामाजिकीकरण करून सोडलंय. कोणत्याही वेळेला जा, इथं त्यांना भेटणाऱ्यांची गर्दी असते. आम्हाला मिठ्या मारताना, आमचे स्वागत करताना, पदाला पिंजऱ्यात कोंडणारे सारे प्रोटोकॉल त्यांनी बाजूला ठेवले. खूप गप्पा मारल्या. स्वतःच्या आयुष्याचा पट उजेडात आणला. त्यांच्या कुटुंबात अखंड वारकरी परंपरा... कऱ्हाड ते पंढरपूर हा प्रवास त्यांची आई व आजी पायी करायची. आजी तानूबाई तर इतकी विठ्ठलमय झालेली, की आजार आल्यावर ती पाण्यात बुक्का घालून ते प्यायची. दिल, दौलत, दुनिया, सबकुछ पांडुरंग हे सांगायलाही राज्यपाल पाटील विसरले नाहीत. आजी, आई ते स्वतः पाटील यांच्यापर्यंत रक्ताचा भाग बनलेला हा बुक्का पोचला आहे की काय, असं वाटत होतं. बोलता बोलता त्यांनी 'मिडस्ट्रिम टू मेनस्ट्रिम' हे जगन्नाथ पहाडियांचं आत्मचरित्र वाचण्याचा सल्ला दिला. श्रीनिवास पाटलांचं व्यक्तिमत्त्व इतकं बहुश्रुत आहे, की तसं ते अन्य राज्यपालांमध्ये अपवादानंच दिसतं.

सिक्कीममध्ये राजकारणात राखीव जागांसाठी आंदोलन सुरू आहे. लिंबू आणि तामंग या जाती आंदोलन करत आहेत. त्यांची मागणी मान्य केली, की राज्यात बहुसंख्याकांच्या जागा कमी होऊन अल्पसंख्याक सत्ताधारी बनतील, अशी भीती काहींना वाटत आहे. आहेत त्या जागांमध्ये काही राखीव ठेवायच्या की नव्यानं काही तयार करायच्या, असा पेच आहे.

आसाममध्ये कामाक्षी मंदिरात जूनमध्ये सुरू होणाऱ्या महोत्सवाची जय्यत तयारी सुरू होती. बळी देण्यासाठी आणलेलं बोकड मंदिरभर फिरत होतं. इथंही शंभरापासून दीड-दोन हजार रुपये तिकिटांपर्यंतच्या स्वतंत्र रांगा... महोत्सवाच्या काळात जगभरातले तांत्रिक इथं तीन दिवसांसाठी जमा होतात. देवीचं दर्शन तीन दिवसांसाठी बंदच असतं. तीस-चाळीस उपनद्यांचा गोतावळा घेऊन रुंदावलेली ब्रह्मपुत्रा नदी हळूहळू पूर घेऊन फिरत होती. पावसामुळे आणि धुक्यामुळे खूप फिरता येत नाही. काझीरंगा हुकलं आणि दार्जिलिंगमध्ये टायगर हिलवरील जगप्रसिद्ध सूर्योदयाचा आस्वादही घेता आला नाही. गुरखाभूमीची मागणी करणारे अनेक जण या दौऱ्यात दिसले. पश्चिम बंगालमध्ये पहाडी प्रदेश पैसे कमावतो (पर्यटनामुळे) आणि सखल भाग तो गोळा करून नेतो, अशीही एक भावना रुजतेय. इंग्रजांनी खास वसवलेल्या आणि आता नको तेवढं फुगत - फुगत चाललेल्या दार्जिलिंगचं काय होणार, हाही एक प्रश्न प्रत्येकाच्या ओठावर आहेच.

डोंगरदऱ्यांत फिरणं नेहमीच आनंदी असतं. निमुळत्या, नागमोडी रस्त्यावरून प्रवास करताना आपल्यातलं साहस जागं होतंय, असंही वाटायला लागतं. निसर्ग तुम्हाला तोल सांभाळण्याची क्षमता देतो, रस्ता आणि खोल दरी यांमध्ये आयुष्य रेंगाळतं असा संदेश देतो... साहस करणाऱ्यांनी थोडं जपून राहावं, अशा अनेक सूचना रस्त्या-रस्त्याला दिसतात. 'आज सावध राहाल तर उद्या आनंदी जगाल', 'आज वेगावर नियंत्रण कराल तर उद्याचा प्रवास सुखमय होईल', अशा काही सूचना भूतानमध्ये भारतीय कंपन्यांनी तयार केलेल्या रस्त्यांवर दिसल्या. या दौऱ्यात ज्या काही गोष्टी लक्षात राहिल्या त्यात ही एक...

२९ मे २०१६

■ ■ ■

पुन्हा एकदा दुष्काळ

बऱ्याच महिन्यांनी गोदाकाठावर खंडोबाच्या मंदिराशेजारी डाव्या बाजूला एका मंडपात उभ्या असलेल्या हॉटेलमध्ये अवतारसिंगबरोबर मिसळ खाण्यासाठी गेलो होतो. ईशान्य भारतातलं आणि भूतानमधलं अन्न खाऊन तोंडाची चव गेल्यासारखं वाटत होतं हेही मिसळ खाण्यामागचं एक कारण होतं. डॉक्टरांचा सल्ला मोडून मिसळ खायची होती. मिसळची ऑर्डर देऊन बाहेरच प्लास्टिकच्या दोन खुर्च्या टाकून बसलो. थोड्याच वेळात शेजारच्या तीन-चार खुर्च्यांवर काही खेडूत येऊन बसले. गोदेच्या काठावर तुम्हाला सतत सारं जग नवं दिसत असतं. विशेष म्हणजे, प्रत्येक चार तासाला हे जग बदलत असतं. बाजार बदलत असतो. नवे-नवे चेहरे दिसत असतात. खंडोबाच्या मंदिराभोवती दिवसभर विक्रेते बसतात, तर सायंकाळनंतर वाघ्या-मुरळीचं भक्तिनृत्य सुरू होतं. गोदेचा काठ मोठा विलक्षण वाटतो पाणी असतानाही आणि नसतानाही... आजही असंच झालं होतं. गोदावरीच्या पात्रात पाण्याचा एक थेंबही नव्हता. तरीही ती नदी होती. कोरड्या नदीतच भक्त डोक्यावर पाण्याचा कॅन घेऊन पवित्र स्नानासाठी उतरत होते. दुष्काळामुळे गंगापूर धरण आकसलंय... जे काही धरणाच्या काळजात पाणी साचलेलं आहे ते घेण्यासाठी नाशिक विरुद्ध नगर विरुद्ध मराठवाडा अशी त्रिकोणातली मारामारी आहे. दुष्काळ पडला की मारामारीचा हंगाम सुरू होतो. पुढारी पोज देऊन भाषणं करतात आणि गावातले लोक डोईवर गाठोडं घेऊन स्थलांतर करतात. अनेक वर्षांपासून हा खेळ सुरू आहे. तो संपण्याची तारीख कुणाच्या कॅलेंडरमध्ये नाहीय. उपाययोजना सांगणाऱ्या गोष्टीस राजकारणाच्या कॅलेंडरमध्ये जागा कधी मिळणार ठाऊक नाहीय. काल रिकामे हंडे घेऊन मोर्चे काढणारे आज टँकरचे मालक झाले आहेत आणि काल पाण्याला राजकारणात फिट करणारे आज रिकामे हंडे घेऊन कॅमेऱ्यासमोर जमा होत आहेत. जणू काही एक अलिखित जगरहाटी बनलीय.

...तर माझ्या शेजारी बसलेल्यांमध्ये एक कुठल्या तरी देवीचा हिजडा होता. त्याच्या शेजारी एक म्हातारी होती. समोर आणखी दोघे बसले होते. हिजड्याच्या मनगटावर मोठंच्या मोठं घड्याळ होतं. त्याची डोईवरची केसं लांब होती आणि त्यात त्यानं प्लास्टिकची फुलं माळली होती. अलीकडे अशा प्लास्टिकच्या फुलांची लाट किंवा साथ आलीय... ती या बुवाच्या किंवा बुविनीच्या डोक्यापर्यंत पोहोचलीय... त्याच्या शेजारची म्हातारी एका क्षणात हुंदके देऊन रडली... रडता-रडता म्हणाली, 'बाबा, देवीबाबा दुष्काळात लई कर्ज झालंय... याज द्यायलाबी कवडी नाय... सावकार रोज काठी घेऊन उंबऱ्यासमोर यायला लागला. गाव सोडून आल्ये मी... तोंड दाखवायला जागा नाय... गोदामाईच्या काठावर बसलेल्या समद्या देवांना शरण गेल्ये... पाऊस पडल्याशिवाय काय बी घडणार नाय... फोड कर देवा कसं व्हायचं..?

साडीतला बुवा म्हणाला, घोर करू नगं... समद्यं बगत्येय ना मी..! दुष्काळातच देऊळ उभं केलंय की नाही..? आता देवळात देवीचा जागर सुरू झाला की पडंल पाऊस... देवी सोडून कुठं जातुया का त्यो...

म्हातारीला धीर मिळत होता खरं; पण ती सतत दुष्काळानं तयार केलेले अनेक पापुद्रे उघडत होती. आपल्या वेदना, आपला दुष्काळ तिच्या मागं बसलेले ऐकत आहेत याचंही तिला भान नव्हतं...

आम्ही मिसळ खाऊ लागलो; पण मन लागत नव्हतं... म्हातारीनं सोडलेला दुष्काळ जणू काही मिसळीपर्यंत पोहोचलेला.. मिसळीत चमचा घातला, की जणू त्यातून म्हातारीचं कर्जच वर येतंय...

मिसळ खाऊन अवतारसिंगच्या दारातच भुईमूग विकायला बसलेल्या महिलेकडं गेलो. सत्तर रुपये किलो गावठी भुईमूग असा दर तिनं सांगितला आणि मी काही बोलण्यापूर्वींच ती स्वतःच पन्नास रुपये किलोवर आली. कोणत्या बाजार समितीतून आणल्या शेंगा? यावर ती म्हणाली, 'आमच्या शेतातल्या. घरच्या आहेत. दुष्काळाचं काही खरं नाही म्हणून थोड्या लवकर काढल्या. खूप गोड आणि तीन-चार दाण्यांच्या आहेत. कमी केलाय दर... घ्या शेंगा...'

शेतीमालाच्या दराबाबत आणि त्यातही खेडं सोडून रस्त्यावर येणाऱ्या शेतकऱ्यांच्या मालाबाबत बार्गेनिंग करण्याची सवय मला कधीच नाही. मीच तिला म्हणालो, 'सत्तर रुपयांवरून पन्नास रुपयांवर कशी आलीस?'

ती : दुष्काळामुळेच

मी : नको येऊ... सत्तर रुपयांप्रमाणेच मला अर्धा किलो दे...

ती : नाय बा आता सबूद गेला... पन्नासानंच घ्या

शेवटी तडजोड तिनंच केली. साठावर येऊन...

कार्यालयात येऊन मला बीडच्या गायकवाड या झेडपीच्या शिक्षकाला फोन करायचा होता. दौऱ्यात त्याचा फोन मी घेतलेला नव्हता. त्याच्याशी खूप गप्पा मारल्या. सुटी आहे तर लेकी घेऊन सहलीला जाऊन ये, असं म्हणालो.

त्यानं नकार दिला. त्याची पोरगी दहावीत आहे. जिथं मुलं दहावीत असतात तिथं वर्षभर हालचालींचा, आनंदाचा, सैल जगण्याचा, नेहमीप्रमाणं जगण्याचा जणू दुष्काळच असतो. वातावरण एकदम गंभीर होतं आणि अपरिवर्तनीय अशा वेळापत्रकात ते अडकतं. याचंही असंच चाललेलं असावं. दहावीनंतर अकरावी, बारावीतही असंच होतं. शिक्षणाची एक नवी व्याख्या तयार होतेय. जगण्याचा आनंद हिरावून घेत आणि कारगिलवरच्या सीमेप्रमाणं तणाव निर्माण करतं ते शिक्षण. असो. तरीही मी त्याला म्हणालो, प्रयत्न कर आणि जाऊन ये ईशान्य भारतात. मी सहलीला गेलो होतो ना तिथं तर पर्यटकांमध्ये निम्म्यापेक्षा अधिक लोक महाराष्ट्रातील होते. महाराष्ट्रात एवढा दुष्काळ असताना पर्यटनासाठी तेथून एवढे लोक कसे, असा प्रश्न अनेकदा विचारला गेला. उत्तर काय देणार? कारण यांचा दुष्काळाशी संबंध नव्हता. हे सगळे सुरक्षित आणि हॅपी झोनमधले होते.

माझं ऐकून गायकवाड म्हणाला, 'काय आहे जाता येईल सहलीला; पण अडचण एकच आहे आणि ती म्हणजे घर कुलूपबंद करावं लागतं.'

मी : त्यात काय एवढं, सारेच कुलूपबंद करतात. आम्हीही तसंच केलं होतं.

तो : तुमच्या भागातलं वेगळं आहे. इथं आम्ही दुष्काळी भागात राहतोय. दोन-चार तासांसाठी जरी घर कुलूपबंद असलं की चोरी झालीच असं समजावं. घर फोडलंच असं समजावं. घराचं काय रात्रीच्या वेळेला रस्त्यावर गाड्या अडवूनही लूटमार सुरू होते.

दुष्काळ पाणीटंचाई, अन्नटंचाई आणतो. स्थलांतर घडवतो. उपासमार आणतो. जुन्या बाजारात वस्तूंची संख्या वाढवतो. गुरे खाटिकखान्यात पाठवतो. माणसाचं गाव हिसकावून घेतो... लातूरपर्यंत पाण्याची रेल्वे पळवितो; पण एवढ्या मोठ्या प्रमाणात तो गुन्हेगारही जन्माला घालेल, याचा अंदाज आलेला नव्हता. नंतर कळालं की गुन्हेगार जसे वाढतात तसे रेडलाईट एरियात स्वतःच्या खरेदी-विक्रीसाठी उभ्या राहणाऱ्या महिलाही वाढतात. माणूस कुरूप बनवणारं आणखी काही काही तरी वाढतच जातं. सरकारला यातलं काही दिसत नाही आणि समाजाला सवयीचं होतं.

सकाळी उठून नेहमीप्रमाणं चहासाठी टपरीवर गेलो. टपरीही एका दुष्काळग्रस्ताचीच आहे. चला आपल्या रूपानं एक तरी ग्राहक त्याला मिळावा, अशी काव्यात्म भावना होती. तसं या कल्पनेचं कौतुक करावं असं नाही. फडतूसच आहे. इगतपुरी या दुर्गम

भागातला एक माणूस भेटला. तो म्हणाला, सरकारनं गरिबांसाठी सवलतीत सुरू केलेला स्वयंपाकाचा गॅस विकत घ्यायला कोणाकडं पैसा नाही. आपल्या नावावर आलेला गॅस खासगी माणसांना ते शे-दीडशे रुपये जादा घेऊन विकून टाकतात. सरकार गॅस जुळणीपूर्वीच पैसे देते; पण शेगडी आणि नियमित गॅससाठी पैसा कोठून आणणार? पूर्वी घरपोच धान्याचंही असंच व्हायचं. सरकारी गाडी गरिबाच्या घरासमोर धान्य वाटत जायची आणि लगेचच मागोमाग येणारी सावकाराची गाडी हेच धान्य जादा दरानं गोळा करत जायची. धान्य निघालं, गरिबापर्यंत पोहोचलं असं होर्डिंग लागायचं आणि प्रत्यक्षात धान्याला पाय फुटलेले असायचे. भ्रष्टाचाराची अशी कितीतरी प्रकरणं आजही गाजत आहेत. भारत हा जगातला एक मोठा कल्याणकारी देश आहे; पण कल्याणाला पालवी का फुटत नाही हेही न कळणारा भारत बहुधा जगातला एकमेव देश आहे. कोणत्याही महाशक्तीला आपल्याकडच्या कल्याणकारी योजना मोजता येणार नाहीत; पण तरीही अकल्याणाच्या गर्तेतील लोकांची संख्या का वाढते आहे आणि दुष्काळामुळे नवे-नवे फंडे का तयार होत आहेत?

चहा पिऊन घराच्या दिशेनं निघालो तर डोक्यावर संसार भरलेली पोती घेऊन एक मोठा समूह समोरून येताना दिसला. बाप रे! त्यांनाही दुष्काळानं गाव सोडायला भाग पाडलेलं असावं. अनेक वर्षांपासून असं चित्र तयार होतंय. ते संपविण्यासाठी शासनाकडे फक्त चिकटपट्ट्या आहेत. ओढ धरलेला पाऊस कधी तरी पडतोय आणि पहिल्या थेंबाबरोबर पट्ट्या गळून पडतात. ढगांच्या गडगडाटात वेदना विरून जातात... मी स्वतः ७२ चा दुष्काळ मोठ्या ताकदीनं रिचवला आणि त्यानंतरच्या दुष्काळाची रेखाटनं काढत आलोय. आता तो शब्दात मावत नाही... कोरड्या डोळ्यांत मावत नाही, रेखाटनात मावत नाही आणि शासनाच्या वांझोट्या योजनांनाही अंगठाच दाखवतो... या विषयाचे लेखन संपवत असतानाच नाशिकमध्ये गरिबाच्या मुली विकण्याचं रॅकेट उजेडात आलं. मुली विकण्यामागं दुष्काळानं वाढवलेलं दारिद्र्य हेही एक कारण आहे.

५ जून २०१६

■ ■ ■

कुछ गलत तो नहीं कहा?

टपरीवाल्यानं झाडाखालीच ठेवलेल्या दोन बाकांवर एक सुरक्षारक्षक बसला होता. त्याच्या गणवेशावरच 'सिक्युरिटी' असं मोठ्या अक्षरात लिहिलेलं होतं. त्याच्यासमोर कॉलेजची चार पोरं बसलेली होती. त्यांच्याही अंगावर कॉलेजचा गणवेश होता. मी चहाची ऑर्डर देऊन सिक्युरिटीच्या मागं असलेल्या एकमेव खुर्चीत बसलो. माझ्यासाठीचा चहा तयार होऊ लागला.

समोर एक वेगळंच दृश्य तयार झालेलं. सिक्युरिटी मनापासून काहीतरी सांगतोय आणि मुलंही लक्ष देऊन ऐकत आहेत. खरंतर असं दृश्य दुर्मिळ होत चाललंय आणि तरुणाई कुणाचंच ऐकत नाहीय, असा निष्कर्ष काढून जुनी पिढी केव्हाच मोकळी झालीय. माझी स्वतःची मतं वेगळी आहेत. तरुणाई खूप ऐकते, पण कोण सांगतो आणि काय सांगतो, हेही महत्त्वाचं असतं. हा सिक्युरिटी काहीतरी गंभीर सांगत असावा आणि तरुणाईही तेवढ्याच गांभीर्यानं ऐकते आहे असं चित्र त्यांच्यापैकी प्रत्येकाच्या चेहऱ्यावर निर्माण झालं होतं.

बराच वेळ बोलणं झाल्यावर सिक्युरिटी बसल्या जागेवरून माझ्याकडं तोंड करून वळला. उंच, सडपातळ आणि कोणत्या तरी त्वचारोगानं म्हणजे कोडामुळे वरपासून खालपर्यंत पांढराफट्ट झालेला. हसतच तो म्हणाला, ''आपने हमारी सुनी?''

मी : थोडं ऐकलं, पण तुम्ही काय सांगितलं या पोरांना?

तो : हे की, आई-वडिलांनी तुम्हाला शिक्षणासाठी पाठवलंय. नीट अभ्यास करा... टेन्शन घेऊ नका वगैरे वगैरे.

मी : तुम्हाला असं का सांगावंसं वाटलं? तुम्ही पूर्वी काय करत होता?

तो : कुछ बडा काम किया नहीं. यूपी में कॉन्स्टेबल था.

मी : फिर?

तो : नोकरी छोड दी.

खरंतर पोलिसाची नोकरी आणि तीही 'यूपी'त लागलेली... पोलिसाची नोकरी सोडून देणारा आणि नाशिकमध्ये सिक्युरिटी बनून येणारा तसा वेडाच म्हणावा लागेल. याबाबत काहीएक न बोलता मी त्याला म्हणालो, ''पण मुलांसोबत कशाला बोलत होता?''

तो : अच्छा लगता हैं.

मी : क्यों?

तो : किसी को हार्टअटॅक ना आये।

यावर मात्र मी चक्रावलो आणि विचारलं, 'काही तर काय?' तुम्ही बोलल्यामुळे हार्टअटॅक कसा थांबेल?

तो : काय तर क्या नहीं सच हैं। मेरा एकलौता बच्चा हॉर्टअटॅकसे मर गया। टेन्शन में जीता था। कोई और टेन्शन ना ले इसलिये मेरे बच्चे जैसे कोई मिलता हैं तो मैं बोलता रहता हूँ। आज काल के बच्चे बहुत टेन्शन में होते हैं।

मग मी विचारलं, "तुमच्या मुलाला कसलं टेन्शन होतं?"

तो : बहुत था। मुझसे तो ज्यादा टेन्शन था। घटना तर माझ्या जीवनात घडत होत्या. कॉन्स्टेबल झाल्यानंतर माझं लग्न झालं. मुलगा झाला आणि बायको अंध झाली. तिची सेवा करता यावी, मुलगा सांभाळता यावा म्हणून मी दहा वर्षांची नोकरी सोडून दिली. पण बायको मरण पावली. पोराला शिक्षणासाठी दिल्लीत नातेवाइकांकडं पाठवलं. टेन्शन न घेता मीही काय काय असंच पोटासाठी करू लागलो. कोई गलत तो नहीं किया ना?... मग आई आजारी पडली. ती मरण पावली. पाठोपाठ माझे वडील मरण पावले. मृत्यूची साखळी तयार झाली. नोकरी गेलेली. जवळचे सारे नातेवाईक मरण पावलेले... पोरगा दिल्लीत होता, पण शिक्षणात त्याचं लक्ष नव्हतं... तो पळून नाशिकला आला... त्याचं आयुष्य तो शोधत होता. मैंने कुछ नहीं कहा।... कुछ गलत तो नहीं किया ना?... पुढे नाशिकमध्ये इकडे-तिकडे हॉटेलात राबू लागला. छोटा व्यवसायही सुरू केला. दहा-बारा बुकं शिकलेल्या मुलीबरोबर त्याचं लग्न लावलं... त्यालाही एक मुलगा झाला.

बोलता-बोलता त्यानं मोबाईलमध्ये सेव्ह केलेले फोटो दाखवायला सुरुवात केली. पत्नीचा, मुलाचा, नातवाचा वगैरे वगैरे...

...तर पुढं सांगायचं म्हणजे, असं म्हणत त्यानं दीर्घ श्वास सोडला. म्हणाला, "मीही सिक्युरिटीची नोकरी कुठं कुठं करू लागलो. पण कंत्राटी नोकरीचं काही खरं नाही... माझ्या पोराला सतत टेन्शन यायचं... मध्ये यूपी-बिहार हटाव, असं आंदोलनही झालेलं... आणि एक दिन बच्चा हार्टअटॅक से गुजर गया। बहुत बुरा हुआ।... आता सून आणि नातवाचं काय करायचं?... सुनेनं जगण्यासाठी पुन्हा शिक्षणाचा मार्ग पत्करला. हॉटेल मॅनेजमेंटसाठी तिला दिल्लीत प्रवेश मिळाला. पोर कडेला लावून ती दिल्लीत नातेवाइकांकडे गेली. शिक्षण घेतेय. मलाही ती तिकडंच बोलावतेय, पण मी इथंच स्वावलंबी जगायचं ठरवलंय... तिनं लग्न केलं तरी पाठिंबा द्यायचं ठरवलंय... कुछ गलत तो नहीं किया ना?"

सिक्युरिटी आता खूप बोलू लागला. टपरीवर जमा झालेल्या अन्य ग्राहकांकडंही त्याचं लक्ष नव्हतं आणि काही जण त्याचं ऐकू लागले होते...

...तर हा म्हणाला, "सुनेचा फोन येतो अनेकदा... रस्त्यावर लोक चांगल्या नजरेनं

पाहत नाहीत... काय काय तरी विचारत राहतात... प्रत्येक प्रश्न घायाळ करणारा असतो... डंख मारतो...''

मग मी तिला सांगतो... ''देखो बहुरानी, आपण रस्त्यावर चालताना फक्त स्वतःकडे बघत राहायचं... कोण कसा बघतो, काय विचारतो, याचा विचार केला की आपल्याला चालताच येणार नाही... लोकांसाठी चालू नको; स्वतःसाठी चाल... लोकांचं ऐकू नको; आपला आतला आवाज ऐक... सब अच्छा होनेवाला हैं... साहब मैंने कुछ गलत तो नहीं कहाँ ना?...

सिक्युरिटी थोडं बोलायचा आणि असा प्रश्न विचारायचा मी 'नहीं' असं उत्तर दिलं, की तो पुढं बोलत राहायचा... समाजात वेगवेगळ्या कारणांनी तयार झालेले ताणतणाव, माणसं खाणारे किंवा त्याचं हृदय हादरवून सोडणारे ताणतणाव यावर तो एखाद्या तत्त्ववेत्त्याप्रमाणं भाष्य करत होता आणि शेवटी तोच प्रश्न विचारायचा, की कुछ गलत तो नहीं किया ना?

टेन्शन घेऊन काहीच होत नाही... होतं ते वाईटच... खूप कमी वेळात चौघांना खांदे द्यायची वेळ माझ्यावर आली. नोकरी गेली. झोपडीत आलो. सिक्युरिटी झालो, पण टेन्शन येऊ दिलं नाही. मार्ग शोधत राहिलो, असं सांगत पुन्हा त्यानं विचारलं, 'कुछ गलत तो नहीं किया ना?'

पुन्हा मी 'नाही' म्हणालो.

तो सांगायला लागला, ''इस कॉलेज के बच्चे में मेरा खुद का बच्चा दिखाई देता हैं।... मुझे मेरे होटल में भी चाय मिल सकती हैं। फिर भी इधर टपरी पे आता हूँ।... इधर चाय मिलती हैं और बच्चेभी दिखाई पडते हैं।... कुछ गलत तो नहीं हो रहा हैं ना साहब?...

थोडा भावनाविवश होत तो थांबला... उठून त्यानं माझ्यासाठीही चहा सांगितला. पुन्हा त्यानं तेच विचारलं, माफ करना साहब, कुछ गलत तो नहीं किया ना?... एक बात और हैं... जब टेन्शन आता हैं ना, तो वो खुल्ला मतलब खुलाही करना चाहिए। आत राहिलं की ते धडका मारतं...

टेन्शनचं तत्त्वज्ञान आणि ते दूर करण्याचे मार्ग त्याला त्याच्या जगण्यातच सापडले असावेत. मला खात्री होती, की आपलं टेन्शन वाढलं की त्याच्याकडेच जावं... आयुष्य तुडवत काही सूत्रांपर्यंत पोहोचलेला एखादा सिक्युरिटी दहा-दहा मानसोपचारतज्ज्ञांना भारी पडतो की काय, असं वाटायला लागलं... हा आपल्याला ऊर्जा देतोय असंही वाटायला लागलं... कुछ गलत तो नही कहा?...

१२ जून २०१६

■ ■ ■

बाप रडला ढसाढसा...

महाराष्ट्र सरकारनं घेतलेल्या दहावीच्या परीक्षेचा निकाल लागला तेव्हा मी प्रवासात होतो. अनेक ठिकाणी आजही फोनची रेंज मिळत नाहीच. खेड्यात तर अडचणीच अडचणी आहेत. कुणी दोन कार्ड घेतं, तर कोणी कृषीकार्ड घेतं... 'कर लो दुनिया मुठ्ठी में'पासून 'व्हॉट ऑन आयडिया'पर्यंत अनेक कार्ड अशा ठिकाणी मुकी होतात. बिल पाठविण्यात तत्परता करणारी आणि सेकंदा-सेकंदाचा हिशेब ठेवणारी कार्ड मुकी होतात... रेंज मिळाली की 'कर लो अपलोड' म्हणत स्कीमच्या स्कीम टाकत असतात... अशाच परिस्थितीत मला माझ्या शालेय जीवनातल्या एका मित्राचा फोन येत होता. मुंबईतल्या एका गजबजलेल्या झोपडपट्टीत तो राहतोय. दोन लेकरांचा बाप, पण बेकार. त्याच्याकडे तर तीन कार्ड आहेत. पण तो कधीच सक्सेस कॉल करत नाही; मिस्डकॉल करतो... सक्सेस कॉल अजून तरी त्याच्या अर्थकारणात बसत नाही... आता साऱ्या मित्रांना याची सवय झालीय. काही विचारवंत आणि शिक्षण क्षेत्रातले, काही मोठे दांडगे गुरुजीही मिस्डकॉल करतात. का, हे त्यांनाच ठाऊक आणि त्याविषयी त्यांना काही वाटायचं बंद झालंय. त्यांच्या मिस्डकॉलनंतर आपण सक्सेस कॉल करणं, याचं आता त्यांच्या हक्कात रूपांतर झालंय... मोठी माणसं आहेत... सारं फुकट मिळालं की मोठं होता येतं...असो.

...तर या मित्राचा फोन काही घेता येत नव्हता. हॅलो म्हटलं, की कट व्हायचा... दहा-पंधरा किलोमीटर अंतर कापल्यावर स्क्रीनवर रेंजच्या काड्या दिसू लागल्या. मीच त्याला फोन केला. हॅलो म्हणतानाच त्याला हुंदके फुटले... एक-दोन बरेच... तो ओक्साबोक्सी रडू लागला. मी इकडून फक्त हॅलो हॅलो करत होतो. रडू नको, काय ते नीट सांग. न रडता सांग, अशी विनंती करत होतो. पण, तो ऐकायला तयार नव्हता. कोणी जवळचं दगावल्यावर जसा माणूस रडतो तसा हा रडत होता. काय करावं कळत नव्हतं. शेवटी एकदाचं रडू थांबलं आणि एक दीर्घ श्वास घेत तो म्हणाला, ''काय सांगू मित्रा, माझी मुलगी दहावी पास झाली...''

उत्तर ऐकून चक्रावलो. माणसं आनंदातही रडतात, हे सर्वांनाच ठाऊक आहे. पण, पोरगी पास झाल्याचा त्याला खूपच आनंद झाला असावा. त्यातही झोपडपट्टीत, गटारीच्या काठावर राहून पोरीनं यश मिळवलं, याचा त्याला आनंद झाला असावा. विशेष म्हणजे, चार-पाच वेळा प्रयत्न करूनही हा स्वतः कधी दहावी पास होऊ शकला नाही, हेही मला ठाऊक होतं... कोणत्या कोणत्या कारणांनी त्याला आनंद झाला असावा, याचा मी विचार करत होतो. त्यानं रडू थांबवावं म्हणून मीच बोलायचं ठरवलं. 'बाबा रे, सर्वप्रथम तुझ्या पोरीला अभिनंदन सांग. खूप मोठं यश मिळवलंय तिनं. लक्षात ठेव, काही काही बापाचं पांग पोरीच फेडतात. खूप छान बातमी सांगितलीस... कधीतरी तिला घेऊन नाशिकला ये...'

मला थांबवत तो पुन्हा रडू लागला तशी मी पुन्हा विनंती करू लागलो. 'थांब ना भाऊ रडायचं... रडूनच आनंद व्यक्त करता येतो, असं नाहीय.' त्यानं सर्व बळ एकवटलं आणि थेटच म्हणाला, ''अरे, ती पास झाली म्हणून मी रडत नाहीय, तिला फक्त ५० टक्के मिळाले म्हणून आमचं सगळं घरदार रडतंय निकाल हातात आल्यापासून... आता काय करायचं?...नापास झाली असती... ड्रॉप घेतला असता तर चाललं असतं, पण हे काय? या ५० टक्क्यांचं करायचं काय? हे फडतूस मार्क घेऊन फिरायचं कुठं? मित्रा, कोणतंही चांगलं कॉलेज ॲडमिशन देणार नाही आणि डोनेशन देऊन ॲडमिशन घ्यावं म्हटलं तर दातावर मारायलाही पैसा नाही... पोरीनं काही नीट केलं नाही बघ... कसलं पांग फेडणार कोणाला ठाऊक?...''

त्याच्या रडण्याचं नेमकं कारण कळलं आणि पुन्हा एक धक्का बसला. कमी मार्कांनं पास होणं निरर्थक, स्वतःचं आणि कुटुंबाचं नुकसान करण्यासारखं असतं... मित्रानं खूप मोठी स्वप्नं पाहिली होती, पण त्याच्याविरुद्ध घडलं होतं... मी त्याची समजूत काढू लागलो. तो ऐकायला तयार नव्हता. उलट म्हणाला, 'ज्यांचं जळतं त्यालाच कळतं. तुझं काय, तुझ्या पोरांनी ८०-९० मार्कांचा गेम केलाय. आता या पोरीला चांगलं कॉलेज कोठून आणायचं?...'

मी त्याला खूप धीर देत होतो, पण तो काही ऐकण्याच्या मनःस्थितीत नव्हता... फोन बंद झाला... काही का असेना, पण यश मिळवूनही दुःखाचा डोंगर कोसळला म्हणणारे अनेक जण आहेत... समाजातल्या चांगल्या आणि गुणवत्तेची टिकली चिटकवून शायनिंग मारणाऱ्या संस्था विद्यार्थ्यांच्या मार्कांशी जोडल्या आहेत; विद्यार्थ्यांच्या आयुष्याशी नव्हे... बघता बघता एका सामाजिक स्वरूपात आणि म्हटलं तर एका बाजारात या निकालाचं रूपांतर झालंय... आता नुसतंच खालून वर जाऊन चालत नाही. नुसतंच पास होऊन चालत नाही, तर निकालाचं रूपांतर शेअर बाजारात केल्याशिवाय 'खुल जा

सिम सिम' म्हणत यशाला हाक मारता येत नाही. इथं यश म्हणजे क्वॉलिटी... अशाच मुलांना प्रवेश देऊन क्वॉलिटी बनलेल्या महाविद्यालयात पाय ठेवणं म्हणजे यश असतं... तळागाळासाठी एक कॉलेज आणि शिखरांसाठी दुसरं असतं...

दहावी आणि बारावीच्या परीक्षांना आलेलं महायुद्धाचं, महास्पर्धेचं स्वरूप चक्रावून टाकतं... आपण शिक्षणव्यवस्थेत आहोत की 'डब्ल्यूडब्ल्यूएफ'च्या फायटिंगमध्ये? कळेनासं होतंय... दिल्लीत मध्यंतरी पाच जागांसाठी शंभर टक्के गुण मिळविणारे सहा जण आले. कुणाला नाकारायचं आणि कोणत्या कारणावरून, असा प्रश्न तयार झाला. प्रश्न कोर्टात गेला आणि शेवटी नशीब होऊन चिठ्ठीत गेला...

गेल्या काही वर्षांपासून बहुतेक जण ७५ टक्क्यांच्या पुढेच गुण मिळवून पास होतात, तरी त्यांना प्रवेशाची लढाई लढावीच लागते. या लढाया काही आभाळातून पडलेल्या नाहीत, तर नव्या व्यवस्थेनं लादल्या आहेत... परीक्षांचा वापर आता बरे-वाईट ठरविण्यासाठी, गुणवत्ता मोजण्यासाठी होत नाही... डिलीट करण्यासाठी होतो... डिलीट फोल्डरमध्ये आपण जाऊ नये, यासाठी असंख्य पोरं जीव काढत असतात. स्पर्धेचा शेवट काय असतो हे कळलंय, असा दावा अजून कुणी करत नाही. गुणवत्तायादीत झळकलेले काही जण सिलिकॉन व्हॅलीत गेले, हे जसं खरं तसं काही जण टपरीवर काम करतात, हेही खरंच....

मित्राच्या मुलीचा विषय विस्मरणात जाण्यापूर्वी एक बातमी धडकली. निकालाच्या भीतीने तीन-चार विद्यार्थ्यांनी आत्महत्या केली होती. विशेष म्हणजे हे उत्तीर्ण झाले होते, हे निकालानंतर कळालं. ही निकालाची भीती कुठून येते, कोण निर्माण करतं, हे कधीतरी तपासणार की नाही? बळी गेलेल्या विद्यार्थ्यांच्या मृत्यूला जबाबदार कोण? याचा वेध घेणार की नाही?... का असंच पाहत बसणार? कोवळ्या कळ्या आणि कोवळी फुले करपून जाताना, हा प्रश्न आहे. कोणी त्याला हात घालू शकत नाहीय. सैराट बनलेल्या स्पर्धेला कोणी रोखू शकत नाही... ती साऱ्यांनाच पेलणारी आहे का? आणि स्पर्धेत धावण्याची पात्रता साऱ्यांकडेच आहे का, हे प्रश्न तर फणा काढताहेत...

काही वर्षांपूर्वी मैत्रीण नापास झाली म्हणून एकीने आत्महत्या केली आणि तिनं आत्महत्या केली म्हणून मैत्रिणीनेही आत्महत्या केली...

उदाहरणं तर असंख्य आहेत, पण अख्खं आयुष्यच जबड्यात घेऊ पाहणारी आणि यश-अपयश याशिवाय सारेच मार्ग बंद करू पाहणारी स्पर्धा खरंच किती काळ समाजाच्या अंगाखांद्यावर खेळवायची आहे? हे मार्कांचं पीक कोठून येतंय, हेही बऱ्याच प्रमाणात एक उघड सत्य आहे. कष्ट करणाऱ्या, गुणवान होणाऱ्या विद्यार्थ्यांविषयी आदर ठेवतच या गुंत्याकडे पाहावं लागेल. आठवीपासून कॉपीचं प्रशिक्षण देणाऱ्या शाळा आणि

संस्था काही कमी नाहीत... कॉपी करून फुगवलेला फुगा थोडा वर जाऊन फुटतो, तेव्हा या पोरांचं काय होत असेल, याचा विचार करायला कोणी तयार नाही. हे घडेपर्यंत अनेक बेलायकीच्या शाळांवर 'शंभर टक्के निकाल' असे फलक झळकलेले असतात... शिक्षणातले सर्व घटक टक्केवारीच्या स्पर्धेत घुसतात आणि विवेक हरवून जातात. आपण उगवत्या पिढीच्या भवितव्याशी खेळतोय, याचं भान कुणाला आहे? 'देश बदल रहा हैं' म्हणणाऱ्यांनाही नाही आणि डोनेशनच्या थैल्या घेऊन जाणाऱ्यांनाही नाही...

भारताला स्वातंत्र्य देताना ब्रिटिशांनी काही सूचना केल्या होत्या. त्यात एक शिक्षणाचीही आहे. स्वतंत्र भारतानं नागरिकांचा विकास करणारी शिक्षणपद्धती शोधावी. आपण ती शोधली नाही. त्याऐवजी शिक्षणातला रंग शोधू लागलो. भगवा, हिरवा, पांढरा, काळा वगैरे वगैरे... शिकवण्याची पद्धत, शाळांच्या वेळा, परीक्षापद्धती आदी व्यवस्थांचा सातत्याने लंबक बनवत आलो आहोत. कधी वर्षातून चार वेळा परीक्षा तर कधी परीक्षाच नाही... काय जोरात लंबक चाललाय नाही?... 'इंडियाज् सेल्फ डिनायल' नावाचं एक गाजणारं छोटेखानी पुस्तक फ्रान्क्वीस गाँटियरनी लिहिलंय. त्यातही असंच काही म्हटलंय... आपल्याला आवडणाऱ्या शाळेत, आपल्याला आवडणाऱ्या विषयात, आपल्याला आवडणाऱ्या रस्त्यात आनंद देणाऱ्या व्यवस्थेचं स्वप्नं पाहायचं की नाही?... किती दिवस दप्तरातलाच गुटखा आणि हुक्का तपासणार?... तो का आणि कोठून येतो, हे पाहायचं कुणी?...

१९ जून २०१६

■ ■ ■

गायीचा एक्स-रे

कुत्र्याची भूक का मंदावली, हे विचारण्यासाठी जनावरांच्या दवाखान्यात मी गेलो होतो. शहरातला हा एक महत्त्वाचा दवाखाना मी गेल्या २५ वर्षांपासून पाहतोय. एकसारखा तो खंगत चाललाय. खंगून आलेल्या प्राण्यांची सेवा तो कशीतरी करतोय. जेव्हा केव्हा जावं तेव्हा हा दवाखाना बदललेला दिसतोय. मेन्टेनन्सचा निधी येत नाही. गाड्यांची टाकी डिझेलनं ओली करता येत नाही. कर्मचारीवर्ग पुरेसा नाही. भिंतींना रंग मिळत नाही. स्वच्छतेची व्यवस्था रांगायला लागतेय वगैरे अनेक कारणं घेऊन जगणारा जनावरांसाठीचा हा दवाखाना अनेकदा उत्खनन करून काढल्यासारखा वाटतोय. क्लोनिंगच्या जगात पोचलेल्या वैद्यकीय क्षेत्रात या दवाखान्याच्या अंगावर मात्र तशी आधुनिकतेची चिन्हे कमीच.

मी दवाखान्यात प्रवेश केला तेव्हा शेळ्या, मेंढ्या, कोंबड्या व कुत्री वगैरे अनेक पशू-पक्षी उपचारासाठी आले होते. डॉक्टर तपासतात. औषधे लिहून देतात. रस्त्यापलीकडच्या दुकानात ती अव्वाच्या सव्वा दरानं विकत घ्यावी लागतात. माणसापेक्षा जनावरांची औषधं खूपच महाग. जनावरं पाळणाऱ्या माणसांना ती सहजासहजी परवडत नाहीत. पण, ज्या सरकारी दवाखान्यात मोफत औषधं आणि उपचार व्हायला हवेत तिथं ती अपवादानेच मोफत मिळतात. आता खरंच बोलायचं आणि लिहायचं तर तीन वर्षांपासून सरकारनं औषधं धाडलेली नाहीत. मग मोफत औषधं द्यायची कुठून, हा व्यवस्थेसमोरचा प्रश्न असतो. टंचाईवर भाष्य केलं, की औषधं मिळण्याऐवजी बदली होण्याची शक्यता. सोयी विचारल्या, की गडचिरोलीत जाऊन लटकण्याची शक्यता. कोणी आगाऊपणा करत नाही... आणि असं का, असा प्रश्न विचारत नाही. बरंय की जनावरांना बोलता येत नाही आणि औषधांमधला फरक त्यांना कळत नाही. महागाई कळत नाही. काही काही वेळेला खूप मजेशीर घडतं. तीस-चाळीस किलोमीटरवरून कोणीतरी बसने दोन-दोन कोंबड्या घेऊन येतो. केसपेपर काढतो. डॉक्टरांनी लिहून दिलेलं औषध ओपन मार्केटमध्ये घेतो.

पुन्हा रिक्षानं जातो. वेळ, पैसा व औषधाचं बिल याची बेरीज केली आणि कोंबडीची किंमत काढली तर 'चार आण्याची कोंबडी आणि बारा आण्याचा मसाला' का म्हणतात, याची प्रचिती आल्याशिवाय राहत नाही.

...तर खेड्यातून एकानं गाय आणली होती. गायीबरोबर चार-पाच माणसं असल्याशिवाय ती आवरत नाही. साठ-सत्तर किलोमीटरचं अंतर गायीला चालवत आणता येत नाही. मग टेम्पोवाल्याशी व्यवहार होतो. काही झालं तरी तो हजाराची पत्ती घेतोच. शिवाय गाय टेम्पो घाण करते, अशी तक्रारही करतो. आता टेम्पो कशाला म्हणतात ते गायीला कळलं असतं तर तिनं कशाला केली असती घाण? गायीबरोबरच्या एकाला मी विचारलं, 'एवढ्या लांब जिल्ह्याच्या ठिकाणी कशाला आणली गाय?' यावर तो म्हणाला, ''तालुक्याच्या ठिकाणी नेली होती. एका ठिकाणी दोन वेळा चकरा मारल्या. डॉक्टर नव्हते. दुसऱ्या ठिकाणी डॉक्टर होते, पण औषधं नव्हती. तिसऱ्या ठिकाणी एक्स-रे मशिन बंद होतं. शहरात जा, असं त्यांनीच सांगितलं. काय करणार? गाय खूप गुणी आहे. पण, व्याल्यानंतर तिनं अन्नपाणीच सोडलंय. तिच्या वासराला दुसऱ्या गायीकडं पाजवतोय, पण तिलाही दूध कमी आणि ही तर वैरणीला तोंडच लावत नाही. व्याली तेव्हा किती मोठी कास होती. आता बघा ती सगळी आटत चाललीय. हिरवा चारा देऊन बघितलं. कोंडा देऊन बघितलं. गवत टाकून बघितलं, तरी ती तोंडच लावत नाही. मग भाकऱ्या थापून तिला देऊ लागलो. कशा तरी खाते पाच-सहा भाकऱ्या, पण एवढं मोठं जनावर आणि तेही दुभतं, एवढ्यात काय होणार? आतड्याचा एक कोपराही भरत नसणार... मोठा प्रश्न आहे.... काही करून गाय वाचली पाहिजे... लक्ष्मी आहे ती आमची... तिची आई, आजी, पणजी असं करत एक मोठी परंपरा आहे...''

एक्स-रे घेणाऱ्या कॅमेऱ्याच्या दिशेनं गायीला नेण्यात येऊ लागलं. कॅमेरा सेट होईपर्यंत गाय थोड्या अंतरावर थांबली. थोड्याच वेळात तिनं शेण टाकलं तसं कर्मचाऱ्यांच्या चेहऱ्यावर रागानं भरलेल्या आट्या उगवल्या. एवढ्या भारी यंत्राजवळ कशाला शेण टाकायचं, असा त्यांच्या चेहऱ्यावर प्रश्न... शेवटी गायीचा मालक तिच्या पाठीवर थाप मारेल तशी ती जड पावलानं पुढं पुढं चालू लागली... तिच्या पोटाचा एक्स-रे घेण्यात आला... एक्स-रेमध्ये काय निघणार कुणालाच कल्पना नाही...

गाय सांभाळणारा मजूर त्याचं गावठी ज्ञान व्यक्त करत म्हणाला, ''पोटाचं चामडं लई जाड हाय... एक्स-रे आत गेला की नाही कुणास ठाऊक?.... पोटाचाच आजार असणार... अन्नच सोडलंय नव्हं गायीनं.....काही झालं तरी ती वाचवायला पाहिजे.''

एक्स-रे मशिनपासून गायीला बाहेर काढण्यात आलं. लक्कडकोट्यात घुसवण्यात आलं. आज्ञाधारक मुलाप्रमाणं गाय प्रत्येक गोष्टीला प्रतिसाद देत होती. तिनं शिंग उगारलं नाही की पाय झाडले नाहीत.

पुन्हा एकदा जनावरांच्या दवाखान्यांवर चर्चा सुरू झाली. आपल्या देशात यंत्रं किातीही मिरवत असली तरी पशुपालनाचं महत्त्व अजून बऱ्याच प्रमाणात टिकून आहे. व्यवसाय, आवड, परंपरा वगैरे कितीतरी कारणं त्यामागं आहेत. प्रश्न एकच आहे आणि तो म्हणजे, पशुधन सांभाळण्यासाठी, ते आरोग्यदायी ठेवण्यासाठी आवश्यक असणाऱ्या व्यवस्थांचा अभाव आहे. जेथे पशुधन मोठ्या प्रमाणात आहे त्याच्या आसपास या व्यवस्था असायला हव्यात. पण, त्या पुरेशा नाहीत आणि सक्रियही नाहीत. सगळ्यात अधिक कर्मचाऱ्यांची टंचाई पशुसंवर्धन खात्यात. खरंतर मोठी आजारी जनावरं पडक्या दवाखान्यापर्यंत नेणं खूप कठीण असतं आणि खर्चिकही. मोठ्या चाचण्या किंवा शस्त्रक्रिया करायच्या असतील तर जनावरं तिथं जरूर न्यायला हवीत; अन्यथा डॉक्टरांनी तिथं जायला हवं. परदेशात बऱ्याच ठिकाणी प्राणिदूत असतात. आपल्याकडेही वेगवेगळे रोगी शोधणारे उदाहरणार्थ क्षय, पोलिओ वगैरे शोधणारे दूत असतात. जनावरांची संख्या आणि त्यांच्यासाठी तरतूद असलेला शासकीय निधी यांचा हिशेब केला तर प्रत्येक प्राण्यामागे दहा पैसेसुद्धा येणार नाहीत. महाराष्ट्राबाहेर अशीच अवस्था आहे. पशुसंवर्धन खातं सर्वांत कनिष्ठ... ते स्वीकारायला कोणी तयार असत नाही. जबरदस्तीनं कुणाच्या तरी गळ्यात मारलं जातं...

रोगाच्या साथीत अनेकदा मोठ्या प्रमाणात पशू-पक्षी मरतात, पण त्यामागची कारणं कळायला अनेक दिवस जातात. काहींचा मृत्यू कळपाकळपाने, तर काहींचा सुटा होत असतो. प्राण्यांच्या जीवनपद्धतीत नव्या पर्यावरणामुळे मोठ्या प्रमाणात बदल झाला आहे. शहरात गटारीत किंवा कचऱ्याच्या ढिगावर तोंड ठेवून गायींनी प्लॅस्टिक खाणं आता काही नवं राहिलेलं नाही. प्रारंभी प्लॅस्टिकला चिकटलेला अन्नाचा कण खाण्यासाठी त्या प्लॅस्टिकच तोंडात घ्यायच्या. पुढे अन्न म्हणून त्या प्लॅस्टिक खाऊ लागल्या. अनेक गायींच्या पोटातून पाच-दहा किलोंचे प्लॅस्टिकचे गोळे बाहेर काढण्यातही आले होते. पण, गोळे काढून गायींच्या अन्नाचा प्रश्न सुटणार नव्हता. स्वतंत्रपणे त्यांच्या अन्नाच्या व्यवस्थेकडं पाहायला हवं होतं. शिवाय, माणसांनी आपला आहार सरसकट जनावरांना द्यायला सुरुवात केली. महानगरात अनेक भटक्या गायी दारादारांत उभ्या राहून जणू काही भीक मागतात... पर्यटनाच्या ठिकाणी हे हमखास घडणार... पिझ्झा, बर्गर किंवा पुरीभाजी खाणारी माकडे आपल्याला भेटणार... शहरात कोल्ड्रिंक्सच्या दारात आपल्या आवडत्या कुत्र्याला कुणीतरी आइस्क्रीम, चॉकलेट खायला देणार... बरंच काही घडत राहतं आणि प्राण्यांचा जगण्याचा ट्रॅक बदलत जातो... कुत्र्याने घाण हुंगू नये म्हणून अनेक जण बैलाप्रमाणे त्याला मुसकी बांधतात आणि कुत्र्याचे एक ज्ञानेंद्रियच खलास करण्याचा प्रयत्न करतात... प्राण्यांच्या नैसर्गिक वर्तन व्यवहारात अनेकदा हस्तक्षेप होतो. त्याचा

परिणामही कोणत्या तरी विकारात होतो... प्रयोगशाळेत अशा विकारांची नोंद नसते.

...तर हा गाय घेऊन आलेला माणूस चिंतेत होता. गायीचं बरंवाईट झालं तर त्याचं खूप मोठं नुकसान होणार होतं. पैशात मोजायचं झालं तर पन्नासेक हजार रुपयांची ही गाय जातिवंत होती. तिला इजा झाली तर घरातली परंपरा खंडित होणार होती. एकीकडे गाय देव आहे, असं समजून राजकारणात तिला मुक्तपणे फिरवण्याचा प्रयत्न, तर दुसरीकडे तिला झालेला विकार शोधताना होणारी फरपट... आपल्याकडे एक मजेशीर गोष्ट आहे आणि ती म्हणजे, गायीचं वकीलपत्र घेणारे अनेक जण स्वतः गायीच्या संवर्धनासाठी काही मार्ग सांगत नसतात. त्यांच्याकडे चित्रातली गाय असते आणि इथं खरोखरची गाय. तिचा मालक दवाखान्याच्या शोधात मजल-दरमजल करत असतो. गायी नेमक्या वाचवायच्या कशा, हा प्रश्न उपस्थित राहतो. सगळ्याच गायींना काही गोशाळेत जागा मिळत नाही आणि तसं काही करायचं कारणही नाही. गोवंशासमोर निर्माण झालेल्या अनंत अडचणींवर राजकारणात झुलणाऱ्या कोणत्याही झेंड्याकडे उत्तर नाही. ग्रामीण भागात राहणाऱ्या शेतकऱ्यांपर्यंत हे वादविवाद पोचत नाहीत आणि त्याला याच्याशी काही देणं-घेणंही नाही. खरं सांगायचं तर जनावरांच्या सरकारी दवाखान्याचा विषय खासगीकरणाच्या अजेंड्यावर किती वर्षांपासून आहे. आबाळ करून दवाखाने बंद पाडायचे आणि एकगठ्ठा कमिशनवर ते चालवायला द्यायचे, असा एक विचार अनेक वर्षांपासून सुरू आहे. तो थेट अमलात आणला, की जनक्षोभ होतो म्हणून अगोदर या दवाखान्यांची उपासमार करणं चालू आहे. परिणामी, तालुक्याच्या ठिकाणची यंत्रं बंद पडतात किंवा पाडली जातात. औषधांचा तुटवडा केला जातो. मग आपोआपच पाय खासगीकडे वळतात. शाळेतलं कळत नाही किंवा कोणी धड शिकवत नाही म्हणून पोरं जशी ट्यूशनच्या नादाला लागतात तसंच हे एक्स-रेचं आहे. जनावरांच्या दवाखान्यातलीच यंत्रं बंद पडतात असं नव्हे, तर माणसांसाठीच्या सरकारी दवाखान्यात अशीच अवस्था आहे. नव्या यंत्रांविषयी ज्ञान नाही म्हणूनही ती बंद आहेत आणि बाहेरची दुकानं चालावीत म्हणूनही बंद आहेत. जो न्याय माणसासाठी तोच जणू काही जनावरांसाठी... माणसं कधीतरी कसली तरी घोषणा देत आवाज उठवू शकतात, पण गायीनं एक्स-रे मशिन बंद का होतं, हे विचारायचं कुणाला?

३ जुलै २०१६

■ ■ ■

एक तरी दुःख ठेवा जपून...

खरंतर यापूर्वी त्याची आणि माझी भेट कधी झालेली नव्हती. तसं काही कारणही नव्हतं. याचा अर्थ असा नव्हे, की अकारण झालेल्या भेटी चांगल्या नसतात. बऱ्याच वेळेला त्याही खूप चांगल्या ठरतात. अविस्मरणीय राहतात. नुकतंच आम्ही नागपूर ते नाशिक रेल्वे प्रवास करत होतो. आम्ही म्हणजे रावसाहेब आणि मी. आपल्या कुटुंबासह. रेल्वेनं अजनी सोडलं आणि एक सरदारजी आमच्याजवळ आला. जागांची अदलाबदल होते की नाही हे त्याला विचारायचं होतं. तो खाली बसला आणि सुरू केलं त्यानं 'वाहे गुरू' म्हणत... पंधरा-वीस मिनिटांत त्यानं साऱ्या जगाची सफर घडवून आणली. हा स्वतःही रेल्वेत ड्रायव्हर आहे. चांगली अठ्ठावीस वर्षं नोकरी करतोय. पण रेल्वेत वाढणारं अव्यवस्थापन त्याला आवडत नाहीय. तो मुंबईच्या सिद्धार्थ कॉलेजमध्ये पदवीधर झाला. त्याला साऱ्या आंबेडकरी चळवळी ठाऊक आणि या चळवळीत पडलेल्या फटी आणि बऱ्याच ठिकाणी वाळवीचं चालू असलेलं कुरतडणंही ठाऊक. याला तबला आणि पेटी वाजवता येते. संगीतातली एखादी जरी गोष्ट आली की आयुष्य सुंदर बनतं... माणूस साऱ्या विवंचनांपासून दूर जातो असा त्याचा अनुभव... तर हा संगीताची सेवा मोफत देतो... 'वाहे गुरू'ने पोटाचा प्रश्न मिटवलाय, आता सेवेची संधी तोच देतोय अशी त्याची श्रद्धा... सगळ्यात धर्मनिरपेक्ष असतं ते तबला-पेटीचं संगीत, असा निष्कर्ष त्यानं काढलाय... हिंदू, शीख अशा कोणत्याही धर्मांत तो 'वाहे गुरू' म्हणत वाजवायला लागतो... गाण्याचे आणि नृत्याचे सारे प्रकार त्याला ठाऊक... आठवड्यातून एक दिवस तो गुरुद्वारात जाणार... 'सत श्री अकाल' म्हणणार आणि सेवा करणार... वाहे गुरू जिंदगी और दुनिया बहोत अच्छी बनायी असं सांगणारं... एकसारखा हा सरदार बोलत होता... आम्ही ऐकत होतो. कोणता तरी एक विचारवंत मूल्यशिक्षणाचा तास घेतोय असं वाटत होतं... त्याचं मूल्यशिक्षण आपल्या शाळेतल्या बच्चेकंपनींना शिकवतात तसं फडतूस नव्हतं... आपल्याकडं चांदोबातली कोणती तरी कथा सांगतात आणि संपला मूल्यांचा तास असं जाहीर करत बेल वाजवतात... खिचडी शिजली का नाही पाहतात... शाळेचा जन्मच

जणू काही खिचडीसाठी झालाय... खिचडीचं महत्त्व कोणीही शहाणा माणूस नाकारणार नाही; पण खिचडी म्हणजे शाळा असं जे काही होतं आहे ते काही बरोबर नाहीय... तर अतिशय मोकळेपणानं सरदारजीनं तास घेतला, अगदी वर्धा स्टेशन जाईपर्यंत तो चालूच होता... इतरांना आपला कंटाळा येईल का, याचा विचार त्यानं केलेला नसावा... खरंतर त्याचा हा स्वसंवाद असावा आणि आयुष्यात जो सर्वश्रेष्ठ संवाद असतो त्याच्यासाठीच तर आपल्याकडे वेळ नसतो. एखादा मनापासून, मोकळेपणाने, निर्भयपणे स्वसंवाद करू लागला की झाला त्याचा स्क्रू ढिला, असं म्हणून आपण मोकळं होतो.

दुसरा एक प्रसंग : अचानक पण कामानिमित्त माझ्याच घरी मला तो भेटलेला. छोटंसं काम होतं... हा कोण आहे... नाशिकला कसा आला याविषयीची ओझरती माहिती मला त्याच्या जवळपासच्या मित्रांनी सांगितली होती. आयुष्यात भाकरीची शिकार करण्यात त्यानं एक लांब पल्ल्याचा प्रवास केला होता. अकोला, अमरावती, नागपूर ते सेवाग्रामने नाशिक असा तो प्रवास होता. भाकरीसाठीच्या प्रवासात आपण किती अंतर कापून बसलो हे खरंतर अनेकदा कळत नाही आणि समजून घेण्याची इच्छाही नसते. घोड्याच्या समोर वैरणीची पिशवी लावतात. ती खाण्याच्या आशेनं ही जनावरं न थांबता धावतात... बऱ्याच वेळेला वैरण आणि तोंड यांची गाठभेट होत नाही. प्रवास संपल्यावरच ओठाला अन्नाचे कण लागतात... अंतर मोजायला फुरसत मिळतेय कुठं? तर या माणसाचं असंच होतं. त्याचंच काय अनेकांचं असंच होतं... अंतर मोजणं ते विसरून जातात. एकसारखं धावत राहतात. हाही धावला आणि नाशकात गोदेकाठी विसावला. नद्यांचं एक बरं असतं. त्या आपली कूस रुंदावत नेतात आणि भाकरीच्या शोधात आलेल्या अशा अनेकांना जागा देतात. नदीच्या काठावर कोणी सहसा उपाशी नाही राहत, असा उपदेशही त्या करतात. खूप खूप लांबीचा प्रवास करून नाशिककर आणि अतिशय छोटा उद्योजक बनलेल्या या माणसानं सर्वप्रथम कामाची माहिती घेतली. गॅरंटी, वारंटी, एक्सपायरी डेट वगैरे जे काही द्यायचं होतं ते दिलं. तो इतका गोड बोलायचा की जणू आपलं काम झालंच, असा भ्रम निर्माण व्हायचा.

माझ्या घरात नुकतीच बुद्धाची एक नवी मूर्ती आणलीय. आणली म्हणण्यापेक्षा श्रीलंकेतून नागपूरच्या नितीन राऊत यांनी मागवली आणि मला भेट दिलीय. करुणेचा सागर होऊन सुळावर लटकवल्या गेलेल्या येशूची, डोळे पूर्णपणे उघडलेल्या बुद्धाची मूर्ती मला खूप आवडते. पण, उघड्या डोळ्याची बुद्धाची मूर्ती आपल्याकडं सहसा उपलब्ध होत नाही. कोणी तशी घडवतही नाही. श्रीलंकेकडून आलेल्या मूर्तीचं एक बरं होतं, की तिचे डोळे अर्धोन्मिलित म्हणजे अर्धे उघडलेले होते. ती मी स्वीकारली आणि उघड्या डोळ्याच्या मूर्तीसाठी प्रयत्न कायम ठेवले, तर मूर्तीवरून दुःखाचा विषय पुढं आला. दुःखमुक्तीचा विषय पुढं आला. चार आर्य सत्यांचा विषय पुढं आला. हा उद्योजक शांतपणे

ऐकत होता. ऐकून झाल्यावर तो म्हणाला, ''छोटा मूँह बडी बात व्हायला नको, पण एक गोष्ट बोलू का? मी कुणी मोठा नाही. मानसशास्त्र घेऊन इथंच पंचवटी कॉलेजमध्ये बी.ए. झालोय. मला जे दुःखाचं कळतं ते मी सांगतो आणि मला एवढ्याच कारणासाठी दुःख कळतं. कारण ते धगधगत्या निखाऱ्यासारखं, आगीसारखंच माझ्याकडं कायमस्वरूपी मुक्कामाला पडून आहे. तर, मला एवढंच कळतं कारण जर आपलं आयुष्य सुखी व्हायचं असेल तर आपण एक तरी दुःख जपून ठेवलं पाहिजे. ज्याच्याकडं असं एखादं दुःख असतं ना त्यालाच तर सुख कळतं... उदाहरणार्थ माझ्याकडे दुःख आहे म्हणून मला सुखाचं महत्त्व कळतं, त्याचं आकर्षण वाटतं आणि हे सारं दुःख घडवून आणतं...''

उद्योजकाचं ऐकून अक्षरशः उडालोच. आपल्याला कशाची तरी प्राप्ती होतेय, असं वाटायला लागलं. सुख समजून घेण्याचा एक मार्ग आपल्यासमोरही वळवळतोय असा भास होऊ लागला. मी एकसारखा त्याच्या सिद्धांताचा विचार करू लागलो. विचार व्यक्त करता येत नव्हते. काय जबरदस्त स्ट्रोक मारला होता यानं..! सुख कशाला म्हणतात आणि ते कसं समजून घ्यायचं याविषयी इतकं सुलभ मी ना कधी वाचलं होतं, ना कधी ऐकलं होतं, ना कुणी मला सांगितलं होतं. कधीतरी मीराबाई, कबीर किंवा लावो त्सेकडून ऐकलं होतं. जसं की प्रेमभंग झाल्याशिवाय जे कोणी करतात ते खोटं प्रेम असतं. प्रेमासाठीचा वर्तनव्यवहार, प्रेमासाठी करावयाचा समझोता त्याला कळत असतो. पण प्रेम नसतं कळत... बऱ्याच वेळेला मीरा श्रीकृष्णाला भेटायला जायची. पण, श्रीकृष्णही बऱ्याच वेळेला मंदिराबाहेर असायचा. जेव्हा असं घडायचं तेव्हा मोकळ्या मंदिरात तिला श्रीकृष्णाचं विराट रूप दिसायचं. श्रीकृष्ण नसलेल्या मंदिरात हे विराट रूप दिसायचं... ते ना डोळ्यात मावायचं ना काळजात... जसं की भेटीत कधी प्रेम होतच नसतं... अभेटीत ते असतं असं लावो त्से सांगतोय. बाप रे! डोकं गरगरायला लागतं आणि आपण मुठीत गच्च पकडलेली गृहीतकं कधी बेडूकउडी, तर कधी हनुमानउडी मारून गायब होऊन जातात...

तर हा पुढं म्हणू लागला, मिठाशिवाय जशी स्वयंपाकाची रुची कळत नाही तशी दुःखाशिवाय सुखाची चव कळतच नाही. त्याचं महत्त्व कळत नाहीय. खरं सांगू का साहेब, अगदी मनापासून सांगतोय की सुख नव्हे, तर एखादं दुःख कुरवाळायची सवय लावून घेतली पाहिजे.

मी पूर्णपणे निरुत्तर झालो होतो. याला हे कसं सुचलं आणि आपल्याला का नाही सुचलं, याचा विचार करू लागलो. काम करता करता त्याला घरातल्या कुठल्यातरी खाटेखाली सोन्याच्या पाण्यात मेकअप करून बसलेला एक दागिना सापडला. तो त्यानं आणून माझ्या हातात ठेवला. पुस्तकं हाताळताना त्याला दहाच्या चार नोटा सापडल्या. आणीबाणीच्या काळात उपयोगी पडाव्यात म्हणून मी बऱ्याचदा आवडीच्या पुस्तकात

असे किरकोळ पैसे ठेवत असतो. पुस्तकं स्वच्छ करताना माझी सवय त्याच्या लक्षात आली याचा मला संकोच वाटला. असो. पुन्हा दुःखाकडे...

पुढं तो म्हणाला, ''माणसानं पहिल्यांदा दुःख पकडायला शिकलं पाहिजे, पण आपण सगळे हमखास उलटंच करतो. सुख पकडतो. काही कारणानं ते निसटून गेलं तर प्रचंड दुःखच होतं. सुखाचा अर्थ, आशय आणि आकार कळत नाहीय. त्याचं सोपं कारण म्हणजे दुःख कशाला म्हणतात हेच आपल्याला ठाऊक नसतं...''

हा उद्योजक उलटा सिद्धांत मांडत होता. पायानं नव्हे तर डोक्यानं चालायला पाहिजे, असं सांगत होता. अगदी अलीकडं पूजा बडेर या युवतीनं असंच इंग्रजीत एक पुस्तक लिहिलंय. जखमा दुःख नसतात, तर महाशक्तिमान असतात. साऱ्या लढायांचा जन्म जखमांत आणि साऱ्या लढायांसाठीची ऊर्जाही जखमांत... पूजाच्या पुस्तकाचं नाव आहे 'पॉवर ऑफ वूंड्स'. शीर्षक मला खूप आवडलंय आणि हा उद्योजक नेमकं असंच काहीतरी तत्त्वज्ञान मांडून बसला. अर्थात, असं बोलणारा तो पहिला नाहीय. खूप लोक बोलतात; पण समजून घेणारे दुर्मिळ असतात. त्यांपैकी एक हा असावा. दुःखाचं संघटन करून, संवर्धन करून सुखाच्या गावात पायरोव करायला हवं, असा त्याचा अर्थ. शेवटी कितीही झालं तरी सुख नुसतंच समजत नाही. त्याचं महत्त्वही असंच कळत नाही. काही पूर्वअटी असतात. त्यांपैकी एक म्हणजे दुःख एखादं दुःख तरी सुखाच्या नावानं सांभाळून ठेवण्याची पूर्वअट... सुख समजून घेण्याचं एक टूल किंवा एक उपकरण म्हणजे तर दुःख..! दुःख समजल्याशिवाय सुख समजण्याची शक्यता शून्य... दुःखं माझ्याच मागं का धावतात, मीच त्यांच्या चक्रव्यूहात का अडकतो, मलाच चटके का बसतात, असे प्रश्न अनेकांच्या मनात असतात... पण हा उद्योजक या गोष्टींना दुःख म्हणत नाही... सुखाची चाहूल म्हणतो. सुख समजून घेण्याच्या प्रेरणा म्हणतो... कदाचित या सिद्धांतामुळेच दुःखाच्या गर्दीत राहूनही तो दुःखी झाला नसावा... सुख आणि दुःख भौतिक गोष्टींवर उभं करण्याचा जे प्रयत्न करतात ते एका अर्थानं चूकच करतात... मग ही चूक दुरुस्त करण्यासाठी आणखी काय काय तरी करू लागतात. नव्या चुका जन्माला घालतात...

उद्योजकांनं काम खूप सुंदर केलं होतं. तो निघाला तेव्हा त्याला पाठमोरा पाहत मनातल्या मनात मी म्हणालो, 'यानं केलेलं काम लवकर खराब व्हावं म्हणजे त्याला पुन्हा बोलावता येईल आणि त्याच्या ओठावरून तो त्याचा सिद्धांत पुन्हा ऐकता येईल, 'एक तरी दुःख जपून ठेवा...'' बोलण्याचं धाडस मी केलं नाही... कारण तो मला वेडा म्हणू शकला असता... अरे हो याचं नाव जयेश दवे.

१० जुलै २०१६

■　■　■

वाईतलं भीममय आयुष्य

महाबळेश्वर या जगप्रसिद्ध पर्यटनक्षेत्राच्या पायथ्याला अनेक वर्षे तर्कतीर्थ लक्ष्मणशास्त्री जोशी यांच्या नेतृत्वाखाली ज्ञानयज्ञ सुरू करून वर्षानुवर्षे विश्वकोशाची ऐतिहासिक निर्मिती करणारं वाई... कृष्णेच्या काठावर शंभर वर्षांहून अधिक काळ व्याख्यानमालेच्या निमित्तानं ज्ञानाचं गुंजन करणाऱ्या पक्ष्यांना निमंत्रित करणारं वाई, कृष्णेच्या घाटावरच महागणेशाचं मंदिर स्थापन करून बालकांनी भीक मागितल्यास त्यांच्यावर आणि त्यांच्या पालकांवर कठोर कारवाई करू, असा इशारा देणारं वाई... एंजल, चतुर्थी, व्हेजमंत्रा, टेम्प्टेशन, नाज, २४ कॅरेट अशी एकापेक्षा एक काव्यात्मक नावं हॉटिलांना देणारं वाई... पर्यटन क्षेत्राची सुखद ऊब घेत प्रचंड महागडं बनलेलं आणि अनेकांसाठी सेकंड होम उपलब्ध करून देणारं वाई... हॉटेल आणि दुकानांचं हब बनवून महाबळेश्वरात जाणाऱ्या हजारो पर्यटकांना खुणावणारं वाई, साताऱचे छत्रपती क्षत्रिय आहेत, असा निवाडा देण्यासाठी हजारो ब्रह्मवृंदांना एकत्र करून अनेक दिवस संशोधन करणारं वाई... कुणी काही म्हणो, पण अजूनही एका मोठ्या गल्लीला ब्राह्मणशाही असं नाव देणारं वाई... त्या पाठोपाठ मराठेशाही, मराठा, मर्द मराठा, कुलीन वगैरे विशेषणांनी गच्च भरलेलं वाई... आपल्यापासून हाकेच्या अंतरावर भोजनाच्या एका थाळीला जत्रा असं नाव देणारं वाई... हळदीचं पीक घेत पिवळंधमक होणारं वाई आणि गरगरीत गोड ऊस पिकवत अनेक मधुमेहतज्ज्ञांना आपल्या अंगाखांद्यावर थारा देणारं वाई... 'झिंगाट' या गाण्यासाठी 'सैराट' चित्रपटाला जवळपास तीन महिने चिकटून राहिलेलं वाई... शेवटी अजून एक सांगायचं तर सातारा परिसरातलं पुणे म्हणजे वाई... दिवस उगवला की पुणे वाईच्या वाटेवर आणि वाई पुण्याच्या वाटेवर...

नऊ जुलैच्या सायंकाळी वाईत प्रवेश केला आणि सर्वप्रथम गेले बरेच दिवस माझ्या हाताला चिकटलेली 'स्नो' ही नोबेल पुरस्कारविजेते आरहान पामूकची जवळपास पाचशे

पानांची महाकादंबरी बाजूला ठेवली. ही कादंबरी अवश्य वाचा, असा आग्रह करून डॉ. रावसाहेब कसबे यांनी ती मला वाचण्यापुरतीच दिलीय. घाईत वाचू नये आणि वाचून विसरू नये, अशी ही कादंबरी आहे. आज आपल्या भोवती म्हणजे एकूणच जगाभोवती जे काही अस्वस्थ, असुरक्षित आणि भयग्रस्त पर्यावरण उभं आहे, त्याची बरीच पाळंमुळं या कादंबरीत पाहावयाला मिळतात. उदाहरणार्थ, जिहाद ऑण्ड मॅकडॉन (बेन्जामीन आर. बार्बर) किंवा द क्लॅश ऑफ सिव्हिलायजेशन ऑण्ड द रिमेकिंग ऑफ न्यू वर्ल्ड ऑर्डर (सॅम्युअल हटिंग्टन) या पुस्तकांतही पाहायला मिळत होती. हातातलं पुस्तक बाजूला ठेवताना बरं वाटत नव्हतं; पण गाडी तोपर्यंत बसस्थानकाजवळ पोहोचली होती. आम्हाला घ्यायला लहूराज पांढरे थांबला होता. पाऊस झेलतच त्यानं नमस्कार केला... गाडीत बसला. आता हा लहू म्हणजे कोण, असा प्रश्न निर्माण होईल...

...खरं म्हणजे मीही त्याला प्रथमच भेटत होतो. चैतन्यानं सळसळणारा... डोळ्यांत स्वप्नांची गर्दी घेऊन अतिशय नम्र वागणारा, उच्चविद्याविभूषित असा हा लहूराज पांढरे पुणे, फलटण अशी मजल-दरमजल करीत वाई जिंकण्यासाठी म्हणजे एका अर्थानं एक अवघड कामगिरी करण्यासाठी आला होता. फोनवर त्याच्याशी बोलतानाही तो असा कुणीतरी जिद्दी तरुणच असेल, असं वाटायचं. भेटीत हा अंदाज खरा ठरला. तर हा संतांची समृद्धी आणि विकासाचा दुष्काळ घेऊन जगणाऱ्या मंगळवेढ्याजवळील मारोळी या दीड-दोन हजार लोकवस्ती जगवणाऱ्या गावातला मुलगा. त्याच्या कुटुंबातला हा पहिलाच शिकलेला म्हणजे फस्ट लर्नर म्हणावा असा... वडील रोजगार हमीवर जायचे आणि आई शेतमजूर... सांगायला शेत भरपूर; पण त्यात हिरवी काडी कधी दिसायची नाही... पावसाची वाट पाहता-पाहता तोंड उघडण्याच्या प्रयत्नात असलेल्या जमिनीवर पडलेल्या भेगाच भेगा... सटवीनंच गाव सोडायला सांगितलं, या अंधश्रद्धेतून अनेक कुटुंबं विठ्ठल, विठ्ठल याप्रमाणे भाकरीचा गजर करीत गावशिव सोडून बाहेर पडलेली... अतिशय हुशार असलेला लहूराज पांढरेही शिक्षणासाठी विद्यानगरी पुण्यात आला. तो इथं भरपूर शिकला. विज्ञानात पदव्युत्तर झाला. बी.एड. झाला. अतिशय तुफानी वक्तृत्व, सुंदर व्यक्तिमत्त्व आणि भरपूर पदव्या असूनही विद्यानगरीत त्याला नोकरी मिळाली नाही किंवा ती मिळविण्याऐवजी स्वतःकडची ऊर्जा वापरून काही वेगळं करण्याच्या प्रयत्नात तो होता. हा प्रयत्न त्याला खासगी शिकवणीपर्यंत घेऊन आला. पुणे नुसतीच विद्यानगरी नाहीय, तर ती ट्यूशननगरीही झालीय. कोणतीही गोष्ट असो इथं ट्यूशन उपलब्ध असते. नऊवारी साडी नेसण्यापासून ब्यूटिपार्लरमध्ये रंगरंगोटी करण्यापर्यंत आणि कलेक्टरसारखे बडेबाबू बनविण्यापासून कॉन्स्टेबलची परीक्षा यशस्वी पास कशी व्हायची, कविता कशी लिहायची आणि विद्वान कसं बनायचं... प्रत्येक गोष्टीची ट्यूशन

इथं मिळते. जिथं ट्यूशन कमी पडते तिथं रस्त्यावरच्या, दुकानावरच्या पाट्या जणू काही मास्तरकी करतात. पुण्याच्या भाषेत ज्ञानदान म्हणतात याला... तर लहूराजने सर्वसामान्य विद्यार्थ्यांसाठी ट्यूशन घ्यायचं ठरवलं आणि जीव तोडून शिकवायचं ठरवलं... एवढ्या गर्दीत, एवढ्या स्पर्धेत आपलं काय होणार याचा विचार त्यानं कधी केला नाही. त्याला वाचनाचा प्रचंड नाद आहे आणि या वाचनानंच त्याला एक सिद्धांत सांगितला होता आणि तो म्हणजे चांगल्या, वेगळ्या आणि वैशिष्ट्यपूर्ण गोष्टीसाठी नेहमी कुठं ना कुठं जागा असतेच. अगदी पुण्यातसुद्धा..! मग त्यानं सुरू केली शिकवणी... अगदी अल्पावधीत ती विश्वासार्ह ठरली... हाच विश्वासाचा धागा पकडून तो पुण्यातून बाहेर पडला आणि पुण्यासह अनेक ठिकाणी शाखा उघडल्या. तो स्वतःही मस्त जगतोय आणि अनेकांना त्यानं जगण्याचं साधन उपलब्ध करून दिलंय... त्याच्याबरोबरच हॉटेलवर पोहोचलो. या हॉटेलचं नाव सनई... दिसायला खूपच देखणं; पण सेवा काही देखणी नव्हती... असो...

पावसातच वाई फिरायचं ठरवलं... पहिल्यांदा लहूराजचं आधुनिक ऑफिस... बाहेर पाऊस आणि आत नम्रतेचा, नव्या स्वप्नांचा, नव्या कल्पनांचा पाऊस... वाईत गेल्यानंतर एका वास्तूकडे मी हमखास वळतो. ती म्हणजे विश्वकोश... रा. ग. जाधव इथं असेपर्यंत आणि त्या अगोदर तर्कतीर्थांच्या संपूर्ण कारकीर्दीत अनेकदा इथून मी ऊर्जा घेऊन गेलो होतो... तर्कतीर्थांच्या पायाजवळ बसून वेद, संस्कृती, तत्त्वज्ञान, इतिहास समजून घेताना किती आनंद व्हायचा! रा. ना. चव्हाण इथं बरेच वर्षं संशोधनात गुंतलेले... राज्यभरातल्या अभ्यासकांना वाई म्हणजे जणू एक पंढरीच... इथले लोक वारीसाठी पंढरीला आणि बाहेरचे लोक ज्ञानाच्या वारीसाठी वाईला... मस्त होतं... 'गेले ते दिन गेले' असंच म्हणावं लागेल. तेव्हा तपस्वी होते, आता नेमणूक केलेली समिती असते... ऑफिस बेअरर असतात आणि लोकशाहीचं एक बरं असतं ती कुणालाही आणि कुठंही पाठवू शकते... जय हो जनतंत्र की...

वाईत ज्ञानतपश्चर्येला बसलेले डोंगर कमी कमी होत गेले आणि काळाच्या ओघात तसं घडतंही... काही डोंगर निसर्गनियमानुसार नाहीसे होतात. काही डोंगर अर्थमूव्हरमुळे नाहीसे होतात... तर वाईत सतीश कुलकर्णींच्या घरी गेलो नाही असं कधी घडलं नाही. लहूराज म्हणाला, फोन करून अपॉइंटमेंट घेऊया. मी म्हणालो, नको अजून तरी आपल्या घरी जाण्यासाठी असं काही करावं लागत नाहीय... आम्ही चालत आणि गुदगुल्या करणारा खोडकर पाऊस, कविता जाग्या करणारा रोमांचकारी पाऊस झेलत-झेलतच त्यांच्या घरी गेलो. कुलकर्णी यांच्या पत्नी कुणीही आपल्या घरी आलं की त्याला विचारून किंवा न विचारता एक-दोन पदार्थ देणार... ते खाण्याचा आग्रह धरणार. मग चहा आणि त्यानंतर कुलकर्णी यांनी सहा दशके कष्ट करून डॉ. बाबासाहेब आंबेडकर

यांच्याविषयी जमवलेलं संदर्भसाम्राज्य पाहायचं... वयाच्या दहाव्या वर्षी बेडकीहाळ या कर्नाटकातल्या छोट्याशा गावी रत्नाप्पा सूर्यवंशी या कार्यकर्त्यामुळे बाबासाहेबांच्या पायावर डोकं टेकवण्याची संधी कुलकर्णी आणि त्यांच्या आईला मिळाली. मुळातच हे कुटुंब भीमभक्त होतं आणि निपाणीहून परत जाताना त्यांचा देवच चक्क बेडकीहाळमध्ये आला. बेडकीहाळ आणखी एका गोष्टीसाठी प्रसिद्ध आहे, डाँकी क्लबसाठी! म्हणजे गाढवांच्या क्लबसाठी. या क्लबचा सुवर्णमहोत्सव माझ्या हस्ते झाला होता. अर्थात, खरोखरच्या गाढवांचा हा क्लब नव्हता, तर पत्त्याच्या डावात गाढव बनलेल्यांचा हा क्लब होता. गाढवांच्या नावानं चालणारा हा क्लब पाहून कुणी तरी गाढवांना न्याय देणारं आहे, अशी माझी तेव्हा धारणा झाली होती. शिक्षण पूर्ण केल्यानंतर कुलकर्णी वाईच्या प्राज्ञ पाठशाळेत नोकरीसाठी जे आले ते इथंच स्थायिक झाले. डॉ. बाबासाहेबांच्या बाबतीत त्यांनी वेगवेगळ्या संदर्भांचा प्रचंड संग्रह करून ठेवलाय. तो आता त्यांच्या न्यायाधीश मुलाच्या हाती आहे. बाबासाहेबांविषयी वर्तमानपत्रांत, मासिकांत, ग्रंथांत जिथे कुठे जे काही छापून आलं त्याचा संग्रह कुलकर्णी यांनी केला आहे. आयुष्यभर ते फक्त आणि फक्त हेच काम करत आले. मी भीमभक्त आहे, हे मोठ्या अभिमानानं ते सांगतात.

'बन्सीधरा कुठे रे तू जाशी' यासह बरंच लेखन करणाऱ्या माटे मास्तरांना त्यांचा समाज मांग माटे म्हणायचा, कारण ते या समाजात काम करायचे. वि. रा. शिंदे यांना त्यांचा समाज महार मराठा म्हणायचा, कारण ते या समाजात काम करायचे. कुलकर्णी यांच्या वाट्याला असं काही आलं नाही. बाबासाहेबांनी लिहिलेला, बाबासाहेबांनी उच्चारलेला, बाबासाहेबांना युद्धात भेटलेला शब्दन् शब्द आपल्याकडे असावा, समाजाला त्याचा उपयोग व्हावा एवढंच एक कुलकर्णी यांचं मिशन आहे. आयुष्यभर ते मोठ्या निष्ठेनं आणि भक्तीनं चालवत आहेत. आ. ह. साळुंखे, रावसाहेब कसबे, प्रकाश आंबेडकर, एन. एम. कांबळे आदी अनेकांनी हे मिशन अनुभवलं आहे. अनेक संशोधक विद्यार्थ्यांना आणि कार्यकर्त्यांना तर याचा लाभ झालाच; शिवाय कार्यकर्त्यांनाही खूप काही शिकता आलं. एका अजाणत्या वयात बाबासाहेबांच्या भेटीचा कुलकर्णी यांच्यावर इतका खोलवर परिणाम झाला, की त्यांनी पुढं आपलं आयुष्यच भीममय करून टाकलं. विशेष म्हणजे, त्यांच्या कुटुंबातील सर्वांची साथ त्यांना मिळाली. मिळवलेला बहुतेक पैसा ग्रंथांवर, संदर्भांवर खर्च होऊ लागला. थोडी थोडी करत ग्रंथांनी आणि संदर्भांनी घरातली सर्व जागा बळकावली. पहाटे पाचला उठून बाबासाहेब वाचायला, समजून घ्यायला ते सुरुवात करतात. दिवसभर त्यातच ते रमून जातात. अनेक वर्षांपासून त्यांनी बाबासाहेब वाचण्यासाठीच आपलं आयुष्य खर्ची घातलंय. या महापुरुषाच्या जीवनातले अनेक संदर्भ त्यांच्या ओठांवर सहजपणे खेळत असतात. आपल्याला नवं काही गवसलं की ते लगेच

चार-चौघांना सांगतात... घरी बोलावून ते वाचायला देतात...

अनेकदा मी स्वतः हे संदर्भालय पाहिलंय. किती संदर्भ असतील याची मोजदाद करताना अनेकदा माझं गणित चुकलंय. जेव्हा केव्हा या घरात जाल तेव्हा नव्यानं काहीतरी आलेलं असतं. जुनं गणित कालबाह्य ठरतं, नवं जुळवावं लागतं. मला नेहमीच वाटत आलंय, की कुलकर्णी जे काही करत आहेत तेच तर बाबासाहेबांचं सर्वश्रेष्ठ स्मारक असावं...

नाशिकला परत आल्यावर कुलकर्णी यांच्याशी पुन्हा फोनवर बोललो. आपलं आयुष्य सार्थकी लागल्याची त्यांची भावना आहे. तुम्ही जेव्हा केव्हा परत इथं याल तेव्हा बाबासाहेबांसंदर्भात आणखी काही तरी नवं पाहायला मिळेल, हे मोठ्या आत्मविश्वासानं त्यांनी सांगितलं...

१७ जुलै २०१६

■ ■ ■

आर्ट्सचं काय करायचं..?

दहा जुलैच्या एका संततधारेच्या सायंकाळी नाशिकच्या थोरात सभागृहात जमलेल्या गुणवान विद्यार्थ्यांना आणि त्यांच्या पालकांना समारंभातील प्रमुख पाहुणा प्रश्न विचारू लागला.

''मेडिकलला ज्यांना जायचंय त्यांनी हात वर करावेत.''

खूप हात वर झाले.

''इंजिनिअरिंगला ज्यांना जायचंय त्यांनी हात वर करावेत.''

आणखी हात वर झाले.

''आयआयटीसाठी ज्यांना ट्राय करायचाय त्यांनी हात वर करावेत.''

अजून काही हात वर झाले.

''कॉमर्स फॅकल्टी?''

हातांची संख्या कमी झाली होती.

''आता लास्ट क्वेश्तन, आर्ट फॅकल्टी?'',

वर आलेले हातच दिसेनात. कारण बहुतेकांनी आपले हात वर जाऊ नयेत यासाठी खालच्या खाली दाबून ठेवले होते. काहींनी हातावर हात ठेवून घडी घातली होती. काही पालक आपल्या मुलाचे हात वर जाणार तर नाहीत ना, याची करड्या नजरेनं काळजी घेत होते...

प्रश्नकर्त्याची मोठी पंचाईत झाली... पहिल्या रांगेपासून शेवटच्या रांगेपर्यंत तो नजर टाकत होता. पण, वर आलेले हात मात्र त्याला दिसत नव्हते.

ओके. दुसऱ्या विषयाकडे वळूया असं म्हणत तो बोलत राहिला.

मी गर्दीतच बसून हे दृश्य पाहत होतो... मोठं गंभीर दृश्य आहे, असं वाटत होतं. काही वर्षांपूर्वी दहावी आणि बारावीच्या विद्यार्थ्यांसाठी बोर्डाकडून पहिल्या ५० मुलांची

गुणवत्ता यादी जाहीर व्हायची. गुणवत्ता यादी जाहीर करणे म्हणजे जणू काही विषमताच जाहीर करणे याचा साक्षात्कार बोर्डाला झाला. मग यादी बंद पडली. आता गुण जाहीर होतात. गेल्या साठ-सत्तर वर्षांत बोर्डाला अजूनही अशी कळ सापडलेली नाहीय की, ज्यातून विषमता व्यक्त होणार नाही. पाठ्यपुस्तक मंडळाचंही नेमकं तसंच आहे. जग चंद्रावर जातं तेव्हा आपल्याकडे डोंगराचे स्तर किती आणि कसे असतात हे शिकवलं जातं... पिंडाला शिवणारे कावळे अपवादानेच दिसतात. पण, खडे चोचीत घेऊन मडक्यात टाकणारे कावळे मात्र पानापानांत दिसतात... असो. आर्ट्ससाठी कोणीच हात वर करत नाही. अपवादानेच हात वर होतात... त्यातही ज्यांना कुठेच प्रवेश मिळत नाही... व्यावसायिक अभ्यासक्रमाला जाता येत नाही असे आर्ट्सकडे वळतात... आर्ट्स गाळात चाललं आहे, याची चाहूल नव्वदीच्या आसपासच लागत होती. सरकारचं लक्ष नव्हतं. होतं ते शिक्षकांचं. कारण त्यांच्या रोजीरोटीचा किंवा नोकरीचा प्रश्न होता... घरोघर फिरून ते आर्ट्ससाठी विद्यार्थी गोळा करतात... त्यांना एम.ए.पर्यंत उत्तीर्ण करण्याची हमी देतात... तासाला न बसण्याचीही सवलत देतात आणि विशेष म्हणजे आपण दिलेलं वचन पूर्ण करून दाखवितात. त्यामुळे दोन गोष्टी घडतात, एक गुरुजींची नोकरी टिकते आणि दोन वर्गांचं तोंड न बघता विद्यार्थी झटपट पास होतात. आपल्या शिक्षण व्यवस्थेतला हा चमत्कार आहे. आपल्या समाजात एकूणच चमत्काराला खूप महत्त्व आहे. कुठं होत नाहीत चमत्कार? बुवा-बाबापासून राजकारणापर्यंत ही सारी व्यवस्था चमत्काराने भरली आहे. त्या अर्थानं तसं आपण संपन्न आहोत. आपली बीपीएल लाइन खाली जात असली तरी मिरॅकल लाइन मात्र वर वर येत चमकताना दिसते... तर आर्ट्स शाखा आचकेउचके घेत टिकून राहिलीय ती गुरुजींच्या पुण्याईमुळे... त्यांच्या कौशल्यामुळे... अस्ताला चाललेल्या विषयांचं महत्त्व ते पटवून देतात... रेडिओवर संस्कृतमधून बातम्या सुरू आहेत म्हणून तेथे रोजगाराच्या संधी खूप आहेत, असं सांगतात. पाली भाषेतले स्तूप खूप सापडायला लागलेत म्हणून पाली शिका वगैरे वगैरे सांगितलं जातं. काही जण आकर्षितही होतात. विषय सुरू राहतो.

एकूणच आर्ट्स शाखेकडं होणारं दुर्लक्ष आणि तिच्याविषयी निर्माण होत असलेली अनास्था एक समाज, एक देश म्हणून चिंतेची बाब बनते आहे. जीवन किंवा एकूणच समाज केवळ व्यवसायाभिमुख शाखांवर कधी समृद्ध होत नाही. सुसंस्कृतही होत नाही. डॉक्टर जसे पाहिजेत, अभियंते जसे पाहिजेत तसे समाजाला कलावंत, विचारवंत, समीक्षक, विश्लेषक, अभ्यासक, सिद्धांत मांडणारे, होकायंत्र म्हणून समाजरूपी जहाजाला दिशादर्शन करणाऱ्यांचीही यांचीही गरज असते. शस्त्राबरोबर, उपकरणाबरोबर खेळणारे जसे लागतात तसे शब्दांशी मैत्री करणारेही लागतात. ज्या समाजात वेगवेगळे

समाजशास्त्रज्ञच नसतील तर तो समाज नेमका कुठं जाईल? मूल्यं, तत्त्वज्ञान, सिद्धांत तयार करणारे नसतील तर समाज एकतर्फी प्रवास करायला लागेल. पण, दिवसेंदिवस आपलं शिक्षण-व्यवसाय, नफा-तोटा, मॉल, कंपन्या यांचाच हात पकडायला लगलं असल्यानं व्यवसायातील लाटा जशा बदलतील तसा अभ्यासक्रम बदलतात. शिक्षण जीवनाभिमुख पाहिजे की व्यवसायाभिमुख? शिक्षण मूल्याधिष्ठित पाहिजे की बाजाराधिष्ठित, शिक्षण स्वयंकेंद्री माणूस बनविणारे पाहिजे की समाजाभिमुख बनविणारे, शिक्षण प्रयोग करणारे पाहिजे की दहा-पंधरा वर्षांचा इव्हेंट? असे कळीचे प्रश्न उभे आहेत आणि तूर्त तरी बाजाराचाच विजय होतोय, असं चित्र निर्माण होत आहे.

जीवनाधिष्ठित शिक्षण म्हणजे कोणी नोकऱ्याच करू नयेत, असा टोकाचा अर्थ अभिप्रेत नाही; पण लाटांवर शिक्षण चिकटवणं काही बरोबर नाही. मध्यंतरी डी.एड्., बी.एड्., बी.पी.एड, एम.एस.डब्ल्यू. वगैरेच्या खूप लाटा आल्या, विरल्या आणि बेकारांची तुफान फौज तयार करून गेल्या. शिक्षणसम्राटांच्या तिजोऱ्या भरल्या आणि बेकारांच्या तिजोऱ्या मोकळ्या झाल्या. व्यवसायाचे भविष्य काय, त्याचे मार्ग कोणते याचा विचारही न करता व्यवसाय आणि शिक्षण याचं नातं गच्च केलं जात आहे. शिक्षणाचा मूळ उद्देश म्हणजे माणसाची समग्र जडणघडण, शिक्षण म्हणजे प्रयोग, शिक्षण म्हणजे समाज सुसंस्कृत, विचारी बनवण्याचं साधन या कल्पना आता कुठल्या कुठं उडून गेल्या आहेत. परिणामी, आर्ट्सला जाणार यासाठी एक हातही वर झाला नाही. याचा अर्थ असाही नव्हे, की आर्ट्सला गेल्यावर समाजाचे सारेच्या सारे अभौतिक प्रश्न सुटतात. पण, हेही खरे आहे की कला शाखेत माणसाचा विचार, त्यानं जन्मास घातलेल्या जगाचा विचार, माणसाचा आतला आणि बाहेरचा विचार सर्वाधिक घडतो. माणसाचा नागरिक आणि नागरिकांचा समूह बनविण्यासाठी तत्त्वज्ञान लागतं, मूल्यं लागतात, संस्कृती लागते, माणसाकडून माणसाकडे करण्यासाठी एक प्रवास लागतो. पण, आता सारा प्रवास माणसाकडून वस्तूकडे आणि शिक्षणाकडूनही वस्तूकडे सुरू असल्याचं सरसकट चित्र दिसतं आहे. व्यवसाय हाही मानवी जीवनाचा एक अविभाज्य भाग बनला तरी आपल्याला कधी तरी विचार करावा लागेलच की, आपल्याला डॉक्टर किती हवेत, अभियंते किती हवेत... पण तसं होत नसल्यानं लोकप्रिय व्यावसायिक शिक्षणाचा महापूर येतो... अन्य सामाजिक शाखांचा संकोचही होतो... बिनव्यावसायिक शाखांचं महत्त्व काय, त्यांचा उपयोग काय, त्यांतल्या यशोगाथा काय, समाजाच्या लांब प्रवासात त्यांची उपयुक्तता काय आणि एकूणच माणसाची जडणघडण करण्यात त्यांची उपयुक्तता काय हे कुणी मुलांना नीट समजावून सांगतात की नाही, याविषयी शंका आहे. विशेष म्हणजे, मुलं स्वतःची स्वप्नं पूर्ण करतात की कुटुंबातल्या रिमोट कंट्रोलची हे तपासण्याची व्यवस्था

नाहीय. मानवी जीवनातून भाषा, समाजशास्त्रे, मूल्ये आदींची शिकवण देणाऱ्या शाखाच 'आयसीयू'मध्ये जाऊ लागल्या... डिलिट होऊ लागल्या तर पुढं तयार होणारा माणूस कसा असेल? माणूस नुसताच राजकीय नसतो, तो नुसताच व्यावसायिकही नसतो... तर त्या पलीकडे आणखी कोणीतरी असतो... तो शोधायचा आणि टिकवायचा कसा, हा तर खरा प्रश्न आहे... शिक्षणाचा हब, शिक्षणाचा मॉल आणि शिक्षणाचा बाजार भरवणारे सम्राट आणि त्यात ग्राहक म्हणून जाणारे या सर्वांनीच विचार करायला हवा... आर्ट्सला मठ्ठ पोरंच जातात... त्यांना करिअर नसतं, ती दरिद्रीच राहतात, या कल्पनांतूनही कधी तरी मोकळं व्हायला हवं...

२४ जुलै २०१६

■ ■ ■

इनोव्हा आणि काळ्या माशाची बदली

मी आणि त्याचे वडील त्याच्या घरातून बाहेर पडता पडताच हा शाळेतून आला. अलीकडं मुलं जेव्हा शाळेतून घरी येतात तेव्हा त्यांचा चेहरा कंटाळवाणा असतो. थकला-भागलेला असतो. शाळा म्हणजे ज्ञान आणि आनंद असेल, तर तिथून घरी येताना पोरांचा चेहरा असा का होतो?... सतत सतावणारा हा एक प्रश्न आहे. बरोबर या प्रश्नाला भिडत असतानाच हा पोरगा हसतमुख चेहरा घेऊन पुढं उभा राहिला. शाळेतून परतल्याचं कठोर चिन्ह त्याच्या चेहऱ्यावर नव्हतं. त्यानं माझ्या पायाला हात लावून नमस्कार केला. बापाच्या हातात त्यानं मोबाईल दिला. आम्हा दोघांचा फोटो घेण्यासाठी त्याला पुढं उभं केलं. यानं पोझ दिली. 'हसा काका', असं मलाही म्हणाला. मोबाईलमुळं सर्वच कुटुंबांची एक सोय झालीय. ती म्हणजे, फोटोग्राफरशिवाय कधीही फोटोसेशन करता येतं. कुणाला आवडो अगर न आवडो, पण ते पोस्ट आणि कुरिअरशिवाय पाठवता येतात. हा पोरगा काय करणार होता ठाऊक नाही, पण त्यानंही आमच्याबरोबर बाहेर पडण्याचा आग्रह धरला. तो नेहमी चारचाकीत ड्रायव्हर सीटजवळ बसतो. पण, आता तिथं मी बसणार होतो. माझा मान राखण्यासाठी तो आमच्या मागं दोन्हीही सीटना आपला इवलासा एक-एक हात लावून उभा राहिला. गाडी मागं घेणाऱ्या बापाला मार्गदर्शन करू लागला. 'येऊ दे - येऊ दे, थांबा, वळवा' असा आदेश देऊ लागला. गाडी पार्किंगमधून बाहेर पडली. हमरस्त्याला लागली आणि एकाएकी यानं एक घोषणा केली.

...तर या चिल्लर पार्टींचं नाव सांगायचं विसरलो. त्याचं नाव आराध्य. ज्युनिअर केजीत तो शिकतोय आणि आठवीच्या पोरासारखं वागतोय. ...तर आम्हाला ऐकू जाईल अशी एक मोठी, पण आनंददायी घोषणा करून तो बसला. पाच वर्ष वय नसलेला आणि ते पूर्ण व्हावं म्हणून 'धावत राहा, धावत राहा' असं कॅलेंडरला सांगणारा आराध्य म्हणाला, ''जाऊ दे, मी आता इनोव्हा कारच घेऊन टाकतो.''

मध्यमवर्गीय असणारा आणि होती ती नोकरी सोडून बसलेला, नवं काहीतरी करू पाहणारा... विशेष म्हणजे, 'मनाचा शोध' या अवघड पेचात अडकलेला आराध्यचा बाप गाडी चालवत, तिचा वेग वाढवत म्हणाला, "अरे बेटा, कशी घेणार गाडी तू?... खूप महाग असते ती.."

यावर आराध्यचं उत्तर, "शेती आहे ना आपली! मीही काम करेन."

बाप : म्हणजे काय?

आराध्य : म्हणजे द्राक्षाच्या बागेला पाणी देईन. मोटार चालू-बंद करेन.. भाजी निवडेन... गायीला वैरण घालेन... तिचं दूध काढेन... तिच्या पाडसाची काळजी घेईन... बागेत औषधाचा फवारा मारेन... द्राक्षावर लक्ष देईन... खूप काम करणार... पैसे मिळवणार आणि इनोव्हा घेणार..!

बाप : पण चालवेल कोण ती?

आराध्य : कोण? मीच चालवेन. शिकून घेईन किंवा लवकरच येणारा रोबोट ठेवेन किंवा बिनड्रायव्हरची गाडी निवडेन...त्यात काय एवढं! पण प्रथम शेती सेट करायची... पैसे मिळवायचे.

बाप : अरेपण तू शेतीकाम कसं करशील?

आराध्य : का नाही करणार? सगळं करेन. काम बघितलंय मी.

बाप-लेकाच्या गप्पा ऐकता ऐकता माझं घर आलं. मी खाली उतरलो. तोही बापाबरोबर आत आला. इनोव्हा प्रकरण आता संपलं होतं. तो कुत्र्याशी खेळत बसला. न घाबरता... न बिचकता... मग त्याला काय वाटलं कुणास ठाऊक? बापाला 'चला उठा' म्हणत बाहेर पडला... इतक्या छोट्या पोराच्या मनात इनोव्हा आणि ती घेण्यासाठी शेती चांगली करण्याची कल्पना कशी काय आली असणार, याविषयी मी बराच वेळ विचार करत होतो.. असं कोणतं मानसशास्त्र किंवा असं कोणतं पर्यावरणशास्त्र असेल, की ज्यातून याच्या नव्या गाडीचा जन्म होत होता... म्हणजे छोट्याशा डोळ्यांत मोठ्या गाडीचं स्वप्न तरळत होतं. ते पूर्ण करण्यासाठी तो गावाकडच्या शेतीकडं, शेतातल्या मातीकडं धावणार होता...

...तर याचा बापही तसा कलंदर... सिव्हिल इंजिनिअर झालेला... नोकरीधंदा मोठ्या आनंदानं सोडून आता त्यानं आपल्या मुलांमध्ये लक्ष घातलं होतं... इतकं लक्ष, की सहावीतल्या आपल्या पोरीकडून त्यानं दहावीचा अभ्यास पूर्ण करून घेतलाय... याच्या घरातल्या सगळ्या भिंती दोन्ही लेकरांनी रंगवून ठेवल्या आहेत. चित्रं, स्पेलिंग, आकृत्या, समीकरणं, काय नाही भिंतीवर? कोणत्याही भिंतीवर लक्ष टाका.. फळा होऊन त्या रंगलेल्या आहेत. आता सहावीतल्या पोरीला दहावीचा अभ्यास शिकवणं योग्य की

अयोग्य, नैसर्गिक की अनैसर्गिक, हे अभ्यासक ठरवतील. पण स्पर्धा आहे, तिला शास्त्रज्ञ बनायचं आहे वगैरे तो सांगत होता. बोलता बोलता आपला ग्रंथांचा खजिना तो दाखवत होता... खरंतर हाही तरुण आहे... चाळिशीच्या आतला आहे... त्याचं नाव कृष्णा आहे आणि सीडीद्वारेच मुलांनी अभ्यास करावा, या निष्कर्षापर्यंत तो पोचलाय. शेकडो सीडीज् आणि मन व ऊर्जा शोधणारी पुस्तके त्याच्याकडं आहेत.

कृष्णाच्या पोराचं आराध्यपुराण विस्मरणात जाण्यापूर्वीच सृजन नावाच्या केजीतल्या आणखी एका पोराची आठवण त्याच्या आई-वडिलांनी माझ्या घरी येऊन सांगितली. ...तर या पोराची आई शासकीय सेवेत आहे आणि तिची बदली मालेगावला झालीय. बदलीमुळे आई आणि लेकराची रोज ताटातूट होते. सृजनला शाळेत पोचवायला आणि आणायला त्याचा बाप जातो. पोराचं शाळेतलं एकूण आयुष्य दीड-दोन महिन्यांचं असेल. शाळेनं एक फिशटँक केलाय. अलीकडे शाळा आपलं नाव गाजवण्यासाठी असे अनेक फंडे काढतात. मोठी इमारत, मोठी झाडं, तलाव, सिक्युरिटी, शिस्त यालाच ते शाळा म्हणत असतात. ...तर या शाळेत छोट्याशा फिशटँकमध्ये वेगवेगळ्या रंगांचे मासे आहेत. सृजनला मासे पाहण्याची, यातून आनंद लुटण्याची, त्यांच्याशी मैत्री करण्याची जणू काही सवयच लागली. शाळा सुटल्यानंतर रोज तो या छोट्याशा टँकवर थांबतो. मासे पाहतो. त्यातही त्यानं आपल्या आवडीचा काळ्या रंगाचा एक मासा जणू काही मित्रच बनवलाय. रोज तो त्याला पाहतो. 'बाय बाय' करत बापाबरोबर घरी निघतो.

बापालाही पोराचं हे मत्स्यप्रेम एव्हाना कळून चुकलंय. तो सृजनला प्रोत्साहन देतो. स्वतःही आनंदी होतो.

एक दिवस सृजनला त्या टँकमध्ये नेहमीप्रमाणे त्याचा आवडीचा काळा मासा काही दिसला नाही. त्यानं सर्वत्र नजर टाकली. लपला असेल कुठंतरी, तळाला गेला असेल कुठंतरी... खूप वेळ त्याची नजर आपला मित्र शोधत होती. शेवटी तो दिसेना म्हणून त्यानं आपल्या बापाला विचारलं, ''पप्पा, अरे माझा मित्र कुठं गेला? काळा फिश कुठं गेला?''

बाप सहजच म्हणाला, ''चल घरी जाऊ... तो सुटीवर गेला असेल... तोही त्याच्या घरी गेला असेल''

पोरगा शांतपणे ऐकत म्हणाला, ''सुटीवर गेला असेल की मम्मीप्रमाणे त्याचीही बदली झाली असेल?''

पोराचं उत्तर ऐकून बाप चक्रावला. बदली वगैरे प्रकरण पोराला कसं कळलं? बदलीचे परिणाम त्याला कसे कळले... न दिसणारा मासा आणि बदली याचं नातं त्यानं कसं काय जोडलं... पोराचा बाप प्रशांत आणि त्याची आई मोहिनी यांना सृजनच्या प्रश्नाचं खूप आश्चर्य वाटतंय... जेव्हा मायलेकराची, मित्रा-मित्रांची ताटातूट होते तेव्हा

बदली झालेली असते, असा निष्कर्ष सृजनच्या बालमनानं काढला असावा आणि तिकडं शेती चांगली केली की इनोव्हा घेता येते, असा सिद्धान्त आराध्यनं मांडलेला असावा.

नवी पिढी किती वेगानं धावतेय... कल्पकतेचे, प्रतिभेचे पंख वापरून नवे सिद्धान्त कसे जन्माला घालतेय, याचं मला खूप कौतुक वाटत होतं. प्रश्न एवढाच उरतो, की या पाखरांना त्यांचे त्यांचे पंख असतात... त्यांच्या चोचीत त्यांचे त्यांचे विचार असतात आणि डोळ्यात त्यांची त्यांची इवली इवलीशी का होईना पण स्वप्नं असतात, हे जुनी पिढी मान्य करेल तो सुदिन असायला हवा... आणि हो कृष्णाच्या पोरीनं सहावीत असताना दहावीचा अभ्यास पूर्ण करणं, याचा अर्थ काय, हे मला कळू शकलं नाही... असो.

३१ जुलै २०१६

■ ■ ■

देवेंद्रभाऊंचा भाऊ!

३१ मार्चच्या सायंकाळी निस्तेज झालेलं ऊन बघत त्र्यंबक रोडवरून 'सकाळ'च्या दिशेनं येत होतो. कुंभमेळ्यानिमित्त हा रस्ता खूपच रुंद झाल्यानं चुकीच्या दिशेनं वाहनं चालविणाऱ्यांची संख्या वाढलीय. विशेष म्हणजे, याच रस्त्यावर एक प्रसिद्ध शाळा आहे आणि इथे मुलांना सोडायला-आणायला येणारे अनेक पालक चुकीच्या दिशेनं भरधाव वाहने चालवतात. एकूण काय आपल्याकडे रस्ता रुंद असो अथवा अरुंद, पण वाहतुकीचे नियम मोडून चुकीच्या बाजूनं वाहनं चालविणाऱ्यांची संख्या काही कमी होत नाही. कुणालाही कोणत्याही बाजूनं सुरक्षित जाता येत नाही. चालत चालत आयटीआयच्या सिग्नलजवळ पोहोचलो तर एक अपंग मला ओलांडून पुढं आला. अपंगांसाठीची सायकल त्याच्याजवळ होती. तीनचाकी. माझी चालण्याची गती जास्त असूनही तो मला मागं टाकून पुढं गेला. दोन्हीही हातांनी तो सायकल चालवत होता आणि चढावरही गती कायम ठेवण्याचा प्रयत्न करता होता. मी एकटक त्याच्या सायकलीकडं पाहत होतो. एवढ्या गर्दीत आणि मागून-पुढून येणारी वाहनं चुकवत तो मोठ्या आत्मविश्वासानं सायकल चालवत होता. मी त्याला पाठमोराच बघत होतो. रुंद पाठ आणि शक्ती एकवटून वर-खाली होणारे हात मला सहज दिसत होते. सायकलीच्या मागं तीन-चार ओळीत काहीतरी मजकूर लिहिलेला आहे, असं वाटत होतं. तो वाचता येईल का, यासाठी प्रयत्न करत होतो. पण, ते शक्य होत नव्हतं. कारण त्याची गती वाढलेली असायची... वाचता काहीच येत नसलं तरी दोन ओळींमध्ये एक चित्र मात्र दिसत होतं. सिग्नल आला तेव्हा यानं आपली सायकल डावीकडे घेतली. तिची गती कमी केली. एव्हाना मीपण सायकलीशेजारी पोहोचलो. जे चित्र अस्पष्ट दिसत होतं, ते मुख्यमंत्री देवेंद्र फडणवीस यांच्यासारखं आहे, असं वाटायला लागलं; पण खात्री होत नव्हती. मी दोन पावलं आणखी पुढं टाकून सायकलीसमोर उभा राहिलो आणि थेटच त्याला प्रश्न विचारला, 'सायकलवर मागं चित्र

कुणाचं आहे?'

तो हसत म्हणाला, ''देवेंद्रचं.''

पुन्हा एकदा मी ते चित्र पाहिलं. तरण्याबांड मुख्यमंत्र्यांचंच ते होतं. मग मी दुसरा प्रश्न विचारला, ''तुझ्या सायकलीवर हे चित्र कसं काय? तुला सायकल भेट दिली काय?''

तो म्हणाला, ''ते माझे भाऊ आहेत आणि सायकल काही त्यांनी भेट दिलेली नाहीय. मी जुनी विकत घेऊन तिला नवी बनवलीय.''

देवेंद्र माझा भाऊ हे वाक्य आणि मुख्यमंत्र्यांना भावाप्रमाणं एकेरीत उच्चारणं थोडं गोंधळ करण्यासारखं होतं. पण, मी दुसराच प्रश्न विचारला, ''हो, पण तुझ्या सायकलीवर इतकं मोठं सुंदर चित्र कसं?''

तो म्हणाला, ''त्याचं काय आहे. शहरात नुकताच कुंभमेळा झाला हे तुम्हाला ठाऊक आहेच की..''

थांबा थोडं, सिग्नल पडलाय, असं मध्येच सांगत त्यानं सायकल बाजूला घेतली आणि तो पुन्हा बोलू लागला. ''तर मी म्हणत होतो, की नुकताच कुंभमेळा झाला. शहरभर पुढाऱ्यांची किती होर्डिंग होती; पण होर्डिंगवर आमच्या देवेंद्रचा फोटो छोटाच असायचा... मला वाईट वाटायचं... कुंभमेळ्यानंतर मी ठरवलं, की आपण आपल्या सायकलीवर आपल्या भावाचं भारी चित्र काढून घ्यायचं... स्वतःच्या पैशातून काढून घ्यायचं...''

आता पुन्हा त्यानं मुख्यमंत्र्यांसाठी भाऊ हा शब्द वापरला. माझा पुन्हा गोंधळ. मुख्यमंत्र्यांचा एक भाऊ आहे. ते नागपुरात असतात एवढी कल्पना मला होती; पण हा सायकलीवरचा अपंग त्यांचा भाऊ कसा? हा प्रश्न काही सुटत नव्हता.

मी थेट प्रश्नाला भिडतच म्हणालो, ''अरे, पण मुख्यमंत्री तुझे भाऊ कसे?''

तो हसतच म्हणाला, ''भाऊच आहेत माझे.''

मी : कसं काय?

तो : काय आहे मी लहानपणापासून अंदरसूल (ता. येवला) इथं शाखेत जात होतो.

मी : शाखा म्हणजे आर.एस.एस.ची का?

तो : हो.

मी : मग संघात जाण्याचा आणि मुख्यमंत्री तुझा भाऊ होण्याचा संबंध काय?

तो आणखी हसला आणि म्हणाला, ''आता कसं सांगायचं? अहो, देवेंद्रही स्वयंसेवक आहे आणि दोन स्वयंसेवकांमध्ये भावाभावांचंच नातं असतं.''

एकेक गोष्टीचा उलगडा होऊ लागला. सर्वप्रथम एक गोष्ट लक्षात आली आणि ती म्हणजे हा 'संघवाला' होता. त्याला संघाच्या जगातून क्षणभर बाहेर काढलं आणि विचारलं, ''ठीक आहे; पण मुख्यमंत्र्यांकडे तू काही मागितलं का?, ही सायकल दाखवली का?''

तो : ''काय कारण? भावाकडं कुणी काही असं मागतं का? आणि सायकल का दाखवू? चित्र तरी का दाखवू?''

मी : 'अरे, पण तू भीक मागत फिरतोस, त्याऐवजी काही तरी मागायचं की नाही?'

तो : साहेब, अहो मी भीक नाही मागत. माझी आई फुलं विकायला नाशिकमध्ये गोदाघाटावर बसते. मी तिला मदत करतो. मी चौदा वर्षं गोदाकाठीच मुक्काम करतोय. कपडालत्ता, जेवणखाणं आईच बघते आणि मी तिला मदत करतोय. भीक का मागू?

मी : ''हो, तरीही मुख्यमंत्र्यांना अर्ज करायचा.''

तो : ''भावाकडे अर्ज करायचा? फारच झालं?''

मी : ''हो, पण दिवसभर तू काय करतोस?''

तो : ''समाजसेवा... समाजपरिवर्तन करतो.''

मी : ''म्हणजे नेमकं काय?''

तो : ''कुणी भेटलं तर धर्म समजावून सांगतो. राष्ट्रावर प्रेम करा, असं सांगतो. कोणी कोणी ऐकतं...''

मी : ''म्हणजे नेमकं काय सांगत असतोस?''

तो : ''आता बघा माझ्या सायकलीवर 'जय श्रीराम' लिहिलंय ते तुम्ही वाचलं की नाही? तुम्हीच नव्हे तर रोज हजारो-लाखो लोक ते वाचतात... आता ही येणारी-जाणारी गर्दीच बघा ना! त्यांनाही दिसत असतील ना अक्षरं...''

मी : ''हो.''

तो : ''मग झालीच की समाजसेवा आणि राष्ट्रसेवा. याशिवाय 'जय भवानी, जय शिवाजी' असंही लिहिलंय. बघा ना मागं जाऊन.''

मी : ''पण तुला हे कुणी शिकवलं?''

तो : ''शाखेत... शाखेत जात होतो ना मी!''

मी : ''जय श्रीराम' म्हटल्यावर समाजपरिवर्तन होतं किंवा राष्ट्रकार्य होतं हे तुला कुणी सांगितलंय?''

तो : ''मला कळतं... संघात सांगितलंय.''

मी : ''तुझं ऐकून कोणी असं वागायला लगलं का?''

तो : ''नाही का ऐकेनात! मी अयोध्येत जाऊन आलोय. माझ्या सायकलीवर 'जय श्रीराम' लिहिलंय.''

मी : ''पण तरीही भावाला भेटावं, असं वाटत नाही का? आणि हे बघ, तू त्यांना भाऊ मानलंस; पण ते तुला भाऊ मानतील का?''

तो : ''कमालच आहे. मानण्याचा न मानण्याचा विषयच येत नाही. शाखेत जाणारे भाऊ-भाऊच असतात. ही सांगायची गोष्ट आहे का..? असतातच भाऊ... आणि मी कशाला त्याला सांगू आणि त्यानं तरी का सांगावं..? आम्ही आहोतच भाऊ...''

आमचं बोलणं चालू असतानाच दोन-चार वेळा सिग्नल पडला आणि सुरू झाला. तो मध्येच मला म्हणाला, ''तुम्हीही शाखेत या... आपोआप भाऊ व्हाल.''

मी त्याला म्हणालो, ''माझे विचार वेगळे आहेत. धर्म आणि राष्ट्राच्या कल्पना वेगळ्या आहेत.''

माझ्या उत्तरावर आता तो माझी झाडाझडती घेणार हे लक्षात यायला लागलं... माझं उत्तर ऐकून तो नाराज झाला असावा. कदाचित मीही संघवाला आहे हे गृहीत धरून तो बोलला असावा. मी विषयांतर केलं आणि त्याला त्याच्या अपंगत्वाकडे नेलं. 'तू जन्मापासूनच अपंग आहेस का?' यावर तो म्हणाला, ''छे, छे! अहो, मीही तुमच्यासारखा चालायचो... धावायचो; पण दोन अपघात झाले. एकदा ट्रकवाल्यानं उडवलं आणि एक पाय कायमचा गेला. दुसऱ्यांदा मनमाडमध्ये रेल्वेत अपघात झाला आणि दुसरा पायही कायमचा गेला. दहावी नापास आहे मी आणि आता परिवर्तनाचं, प्रबोधनाचं, राष्ट्राचं काम करतोय...''

शेवटी त्यानं मलाच विचारलं, ''तुम्ही काय करता?''

मी म्हणालो, ''नोकरी करतोय.''

सायकलीवर 'जय श्रीराम' लिहून राष्ट्रकार्य करणारा हा होता शशिकांत मेहेकर... अंदरसूलचा... अपघातामुळे अपंग झालेला आणि अयोध्यावारी करून आलेला. तो जे काही करतोय त्याला तो मातृभूमीची आणि धर्माची सेवा करतोय, असं म्हणतोय... मी कितीतरी दिवस मातृभूमी, राष्ट्र, त्याची सायकल, त्यावरची वाक्यं यांचा काही सांधा जुळतो का, हा विचार करून पाहत होतो. त्याच्या डोक्यात आणि तेही एका अपंगाच्या डोक्यात कोणता धर्म, कोणतं राष्ट्र असेल, याचा अंदाजही बांधत होतो.

७ ऑगस्ट २०१६

■ ■ ■

गुप्तांच्या डायरीत गांधी

मनमाडला जे थोडंफार सांस्कृतिक वैभव आहे त्यात फोटोग्राफीचा व्यवसाय करणाऱ्या गुप्ता कुटुंबाचाही खारीचा वाटा आहे. सुभाषचंद्र गुप्ता राज्यभर जानेमाने असणारे फोटोग्राफर होते. 'ज्ञानपीठ' पुरस्कारविजेते कुसुमाग्रज यांचे ते खूप मोठे चाहते होते. शर्मांना खास भेटण्यासाठी कुसुमाग्रज मनमाडला जायचे. त्यांच्या घरी थांबायचे. छानपैकी फोटोसेशन व्हायचं. त्यानंतर त्यांचा मुलगा राजेंद्र कुसुमाग्रज तथा तात्यासाहेबांच्या सहवासात आला. तोही चांगला फोटोग्राफर म्हणून नावाजला. त्या काळी आणखी एक धमाल फोटोग्राफर आणि कलंदर मनमाडमध्ये होता. त्याचं नाव विजय कांगणे. स्पॉट फोटोग्राफीत तो मोठा बहाद्दर होता. मनमाडहून 'सकाळ'साठी तो बातम्या आणि छायाचित्रे पाठवायचा. काही कारणामुळे तो निधन पावला. राजेंद्रनं आपल्या वडिलांची परंपरा मोठ्या जिद्दीनं टिकवून ठेवलीय. मोठमोठ्या माणसांचा सहवास त्यालाही लाभलाय. अख्ख्या महाराष्ट्रातील जलाशये त्याच्या कॅमेऱ्यात आहेत. मोबाईल कॅमेऱ्याची त्याला भीती वाटत नाहीय. शेवटी कला आणि तंत्रज्ञान या दोन भिन्न गोष्टी आहेत. मोबाईल फोटोग्राफीच्या जमान्यात तशी तंत्रज्ञानाच्या क्षेत्रातही मोठी पडझड झाली. कोडॅक ही कॅमेरे तयार करणारी जगप्रसिद्ध कंपनी बंद पडली. मोबाईलनं तिला खाऊन टाकलं. मुंबईत या कंपनीचं एक नक्षीदार कार्यालय होतं. ते कोणत्या तरी धर्मगुरूनं विकत घेतलंय. बंद पडलेलं आणि पुढं विकलं गेलेलं कोडॅकचं ऑफिस राजेंद्र पाहून आलाय...

मी मनमाडला गेलो आणि गुप्तांच्या स्टुडिओला भेट दिली नाही, असं कधी घडलं नाही. राजेंद्रनं आपला एक तरी फोटो त्याच्या कॅमेऱ्यात बंदिस्त करावा, अशी एक आंतरिक तृष्णा तयार व्हायची. कधी कधी ती पूर्ण व्हायची, कधी नाहीही... स्टुडिओत झळकणारे एकापेक्षा एक सरस फोटो पाहून मन तृप्त व्हायचं... राजेंद्र आपला फोटो काही काढत नाही याची जाणीव त्यामुळे राहायची नाही...

१७ जुलैला पावसाळलेल्या म्हणण्यापेक्षा ऊन-पावसात चिंब झालेल्या किंवा खोट्या सोन्याचा लेप घेऊन उगवलेल्या दुपारी मनमाडपासून काही अंतरावर एका छोट्याशा हॉटेलात खानदेशी डालबुट्टी खात बसलो होतो. जंकफूडच्या मार्‍यातही ऐतिहासिक डालबुट्टीही आता अंग चोरून बसायला लागल्यासारखं वाटतंय... खरं म्हणजे वाईट वाटतंय... खानदेशात एखाद्या मळ्यात जाऊन रात्री वांग्याचं भरीत आणि डालबुट्टीचा बेत म्हणजे काही औरच... वाऽऽवाऽऽ भले-भले म्हणत डाळीचा आणि बुट्टीचा काला करून दिला दणका की जणू युगायुगाची भूक भागतेय, असं वाटायचं... तर जेवण सुरू असतानाच राजेंद्रचा फोन आला आणि मला आश्चर्यही वाटलं... त्यानं माझी आठवण ठेवल्याचा आनंद झाला... नांदगावला तुमच्या बरोबर येणार आहे आणि बसस्थानकासमोर थांबतोय, असा निरोप ठेवून त्यानं फोन बंद केला. जेवणानंतर त्याला गाडीत घेतलं आणि नांदगावच्या दिशेनं निघालो. नांदगावचं सांस्कृतिक आणि सामाजिक जीवन समृद्ध करण्यासाठी सतत धडपडणारा माजी नगराध्यक्ष भास्कर कदमनं एका कार्यक्रमाचं आयोजन केलं होतं. पंडितराव गायकवाड या सेवादलाच्या ज्येष्ठ कार्यकर्त्यांचा आणि कामगार नेत्याचा स्मृतिदिन होता. कार्यक्रमाला अजून वेळ होता म्हणून राजेंद्रबरोबर नांदगावमधल्या त्याच्या पुरान्या हवेलीत जायची संधी मिळाली. काँक्रीटच्या जंगलात रेटून-रेटून राहताना अशा बंगल्याचं खूप आकर्षण होतं. चाळीस वर्षे बेघर राहणाऱ्या माझ्यासारख्याला तर असे बंगले खुणावतात; तर हा बंगला राजेंद्रच्या आजोबानं म्हणजे प्रल्हाददास यांनी एका पारशाकडून खूप पूर्वी विकत घेतलेला. पूर्वी पारशांची काही कुटुंबे नांदगावात होती. आता कुणी नाही. जगाच्या पाठीवर सर्वत्रच त्यांचा जणू काही डायनासोर होतोय. नांदगावमधून बऱ्याच वर्षांपूर्वी पारशी अदृश्य झाले असले तरी त्यांनी बांधलेली स्मशानभूमी मात्र अजून आहेच.

राजेंद्रच्या बंगल्यासमोर दोन्ही बाजूंना फुलांच्या वेली आहेत. त्या एका नक्षीदार मांडवावर चढवल्या गेल्या आहेत. बंगल्याचं गेट ते मुख्य दरवाजाएवढ्या वीस-पंचवीस फुटांच्या रस्त्यावर जणू काही फुलांचा सडा टाकलेला. फुलांचा सुगंध बंगल्याच्या आवारात आणि बंगल्यात दरवळणारा... कुणालाही हेवा वाटेल, आनंदानं मन ऊतू जाईल अशी या बंगल्याची रचना आणि सौंदर्य... भिंतीवर काही थोर पुरुषांचे आणि पूर्वजांचे कृष्णधवल फोटो टांगलेले... राजेंद्रचे चुलते प्रकाशराव म्हणजे निवृत्त शिक्षक... व्यापारी परंपरेच्या घरातले हे शिक्षक आणि त्यांचे बंधू म्हणजे राजेंद्रचे वडील सुभाषचंद्र हे पहिले फोटोग्राफर.

चहा पिता-पिता इकडच्या-तिकडच्या गप्पा झाल्या. प्रसिद्ध कवयित्री शांता शेळके नांदगावात राहत होत्या. त्यांचे वडील वन खात्यात अधिकारी होते. स्वातंत्र्य चळवळीतील एक नेते शिवाजीराव पाटील आपल्या पत्नी लीलाबाईसह भूमिगत होऊन याच बंगल्यात

आले होते. साने गुरुजीही एकदा नांदगावात आले होते. त्यांनी आपल्या घरी भोजनासाठी यावं म्हणून प्रकाशराव व प्रल्हादराव ही छोटी मुलं गुरुजींना निमंत्रण द्यायला गेली. पण, गुरुजी दौऱ्यात सहसा बाहेर जेवायला जात नसत. बरोबर मोठा कबिला असायचा. कुणाला त्रास नको म्हणून ते बाहेर कुठं जेवायला जाणं टाळायचे. गुरुजींनी नकार देताच ही दोन्ही भावंडं बाजूला उभी राहून रडायला लागली. त्यांना पाहून गुरुजीही रडायला लागले. त्यांना जवळ बोलावून म्हणाले, 'हे बघा, रडू नका. मी येतो तुमच्या घरी. पण, तुमच्या आईला सांगा माझ्या बरोबर हरिजनांची दहा मुलं आहेत. तीही जेवायला येतील. चालेल का तुम्हाला?'

गुरुजींचा प्रश्न झेलत मुलं धावतच घरी आली. सगळा वृत्तांत आईला सांगितला. आई तयार झाली आणि वाड्यात पंगत बसली. मुलांचे गुरुजी आणि आई बनलेल्या साने गुरुजींच्या बरोबर पंगत कुठं बसली ती जागाही प्रकाशराव दाखवत होते. या जागेवर आपणही आलो, याचा किती आनंद झाला म्हणून सांगू... गप्पांच्या ओघात आम्हा दोघांचा चहा थंड झाला. चहा पुन्हा गरम करू का, असं राजेंद्र विचारायला लागला. मी नको म्हणालो. बिनसाखरेचा चहा गरम घेतला काय किंवा थंड... माझ्या दृष्टीनं फरक काहीच पडत नाही. चहाच्या कपाकडे नजर जाणार तेवढ्यात प्रकाशरावांनी एक अतिशय जुनी; पण चांगल्या अवस्थेत असलेली डायरी दाखवली. जवळपास शंभर वर्षांपूर्वीची म्हणजे १९२३ ची गुजराथी भाषेतील डायरी होती. तिची समोरासमोरची दोन पाने मला वाचायला सांगितली. अतिशय सुंदर अक्षरात डायरी लिहिलेली होती. मजकुरावर नजर टाकताच मला धक्का बसला. अर्थात, आनंदाचा धक्का बसला! डायरीतलं पान एक होतं १५ फेब्रुवारी १९२७ चं. आणि या पानावर सुरुवातीचीच ओळ होती, 'आज रात्री साडेदहाला महात्माजी (म. गांधी) येऊन पोहोचले. त्यांना सहा हजार रुपयांची थैली अर्पण केली. मानपत्रही दिले. आज आपल्याच बंगल्यावर त्यांचा मुक्काम आहे. बरोबर कस्तुरबा, शंकर देव, गोखले इतकी मंडळी होती. बापूंचा सतत उद्योग, सडेतोडपणा थोडक्यात त्यांचं चारित्र्य अतिउज्ज्वल आहे. त्यामुळे माणूस त्यांच्याकडे ओढला जातो. खरा कर्मयोगी...

दुसऱ्या पानावर म्हणजे १६ फेब्रुवारीच्या पानावर याच घटनेचा विस्तार होता... आज पहाटे पाचच्या गाडीने नागपूर एक्स्प्रेसने म. गांधी रवाना झाले. मीही गाडीत बरोबर होतो. नाशिकला गेलो. तेथे पाचशे रुपयांची थैली मिळाली. मी गाडीत बरोबर होतो. तेथे १३०० रुपये खर्च झाले. व्याख्यान परिणामकारक झाले. रावसाहेब वझे आणि काळेही भेटले. मी परत आलो.

मी काही एक न बोलता डायरीची पाने चाळू लागलो. त्यात गांधी शोधू लागलो. डायरीची बरीच पाने रिकामी होती. डायरीची पाने चाळत-चाळत मागं-मागं जाऊ लागलो.

१४ फेब्रुवारी १९२७ चं पान लागलं... दोनच दिवस मागं गेलो. या पानावर लिहिलं होतं, महात्माजींना आमंत्रण देण्याकरिता धुळ्यात गेलो. बरोबर बाळाभाऊ, लालचंद व सुंदरशेठ होते. आज (गांधीजींचा) मौनवार होता. आम्ही सायंकाळी पोहोचलो होतो. त्यांनी आमंत्रणाचा स्वीकार केला. उदईक येण्याचा बेत त्यांनी सांगितला.

याचा अर्थ असा : १४ फेब्रुवारीला गांधींनी निमंत्रण स्वीकारलं आणि दुसऱ्या दिवशी सायंकाळी ते गुप्तांच्या निवासस्थानी पोहोचले होते.

गुप्तांचा बंगला गांधींच्या स्पर्शनं पावन झाला होता. डायरी इतिहास बनली होती. आणि ही सारी परंपरा बोलून-बोलून सांगणारी डायरी प्रकाशरावांनी आणि त्यांच्याही अगोदर त्यांच्या वडिलांनी टिकवून ठेवली होती. या भेटीच्या अनेक आठवणी प्रल्हाददास ते राजेंद्र असा प्रवास करीत चालत आल्या आहेत. रुजत आल्या आहेत.

प्रल्हाददासांचा कापसाचा व्यापार होता. अनेक ठिकाणी जीनिंग प्रेस होती. त्यातही वैशिष्ट्य असं होतं, की या उद्योगात लोकांचा सहभाग चार आणे आणि मालकाचा भाग बारा आणे होता. पुढं महायुद्धानंतर मंदीची लाट पसरली आणि यांना फटका बसला. आपल्या मनात महात्मा गांधींना त्यांनी जे स्थान दिलं होतं, ते मात्र अमर राहिलं. पिढ्यान्पिढ्या चालत राहिलं. एकाच्या 'डीएनए'तून दुसऱ्याच्या 'डीएनए'त जात राहिलं. डायरी तसं एक निमित्त.

एका सामान्य माणसाच्या डायरीला आणि काळजाला चिकटलेले गांधी मला खूप खूप महत्त्वाचे वाटले. डायरी चाळत चाळतच माझं मन धावू लागलं... महात्मा गांधींना संपवण्यासाठी काय काय नाही घडलं आपल्या देशात?

नथुराम गोडसेनं महात्मा गांधींची हत्या केली ३० जानेवारी १९४८ ला. पण, गांधी संपले कुठं?

मग गांधींच्या तत्त्वज्ञानाचं विकृतीकरण करून त्यांना संपविण्याचा प्रयत्न झाला. पण, गांधी संपले कुठं?

मग हल्लेखोराचं पुस्तक विकण्यात आलं; पण गांधी संपले कुठं?

मग नाटकात घालून त्यांना संपविण्याचा प्रयत्न करण्यात आला; पण गांधी संपले कुठं?

मग व्यंगचित्रात, विनोदात, समीक्षेत एवढंच नव्हे तर व्हॉट्सॲपवर घालूनही त्यांना संपविण्याचा प्रयत्न झाला; पण गांधी संपले कुठं?

एक पंचा नेसून, एक शेळी घेऊन, मूठभर मीठ घेऊन, रेल्वेत थर्ड क्लासनं निघालेल्या महात्मा गांधींना त्यांचे शत्रू एवढे का घाबरतात आणि घाबरत होते, हे काही कळत नाहीय...

गांधी संपविण्याचे सनातन प्रयत्न किती वर्षांपासून सुरू आहेत. पण, हा बाबा जपानी खेळण्याप्रमाणं उंच उडी मारतोय आणि थेट काळजात बसतोय... जसं की तो गुप्तांच्या डायरीत बसलाय १९२३ पासून...

गांधींच्या मागे फक्त शासकीय भिंती असं उपरोधानं लिहिणाऱ्या कुसुमाग्रज यांनीच एकदा म्हटलं होतं, की जे महापुरुष इथल्या मनामनांत, मातीच्या कणाकणांत, युगायुगाच्या अणुरेणूंत रुजतात... समाजाचा डीएनएच बनतात ते मरतात कुठं?

कुसुमाग्रज यांचं वचन आठवत असतानाच आचार्य विनोबाजी भावे यांचं 'गांधीजी जसे पाहिले- जाणले' (प्रकाशक रामभाऊ म्हसकर, परमधाम प्रकाशन, वर्धा) या पुस्तकात शेवटचं एक वाक्य होतं... माणूस शांत होतो म्हणजे निष्क्रिय होत नसतो. गांधींनी स्वतःच म्हटलं आहे, की

सकाळच्या प्रहरी सूर्यनारायण स्वतःचा उद्धार करतो

योगारूढ होऊन येतो

आणि सायंकाळच्या वेळी शांत होतो?

काय सूर्य खरोखर शांत होतो

मी मरेन तेव्हासुद्धा थोडाच शांत होणार आहे?

लेख संपवून बसलो खरा; पण गुप्तांची डायरी पुन्हा डोळ्यांसमोर येऊ लागली. डायरीतील जी पाने रिकामी आहेत हे मीच थोड्या वेळापूर्वी लिहिलं, ते खोटं वाटायला लागलं. गांधींनी स्वतःच सांगितलेलं हे वाक्य वाचल्यानंतर पानं भरलेली वाटू लागली... इतकी की आता नवी डायरी घ्यावी लागणार आहे... मरणानंतरचे गांधी कोरण्यासाठी... गांधी म्हणजे ग्लोबवरची एखादी घटना नसते... एक अखंड, एक न आटणारा प्रवाह असतो... तो सतत चालत राहतो... आपल्या शत्रूंना न जुमानता. कारण तो अजातशत्रू असतो, गाभुळलेल्या ढगांची वाट न पाहता तो चालूच राहतो, कारण तो स्वतःच ढग आणि वर्षा होतो... अखंडत्व हेच तर त्याचं वैशिष्ट्य असतं... चिरंतन युगे का कधी संपत असतात?

१४ ऑगस्ट २०१६

■ ■ ■

कर्ज चुकवायचंय, उघडा दरवाजा...

सेंट्रल बँक ऑफ इंडियाच्या कर्मचाऱ्यांनी एकत्र येऊन एक पतसंस्था स्थापन केली आहे. अतिशय सुंदर चालते ती. कोट्यवधींची उलाढाल होते. दर वर्षी तिच्या स्थापना दिनाला विद्यार्थ्यांचा गुणगौरव होतो. निवृत्तांचा सत्कार होतो. तशी या बँकेची स्थापना ३१ डिसेंबर १९११ रोजी सौरबजी या भारतीय नागरिकाने केली. पूर्वी परदेशी बँकाच अधिक होत्या. आज पुन्हा आपण तिकडेच जातोय. असो. तर भारतातली पहिली स्वदेशी बँक म्हणून तिचा लौकिक आहे. सौरबजी पाचरखानावाला एका ब्रिटिश बँकेतून अपमानित होऊन बाहेर पडले आणि त्यांनी स्वतःच ही बँक सुरू केली. पुढं तिचं राष्ट्रीयीकरण झालं. जुलैच्या पहिल्या आठवड्यात या पतसंस्थेच्या वर्धापन दिनाला गेलो होतो. कार्यक्रमापूर्वी चहा घेता घेता एकूण बँकिंग क्षेत्राविषयी चर्चा सुरू झाली. त्यांच्यासमोर नव्यानं उभ्या ठाकलेल्या आव्हानांवर चर्चा सुरू झाली. अनेक राष्ट्रीयीकृत बँकांचं अन्य बँकांत विलीनीकरण झालं आहे. काही कार्डवर आहेत. प्रामुख्यानं वाढता तोटा हे एक कारण सांगितलं जातं. ओघातच लिकरकिंग मल्ल्याचा विषय पुढं आला. अनेक बॅगा नोटा भरून तो परदेशात गेला. या बॅगांमधील सर्व पैसा अर्थातच बँकांचा होता. अर्थात, बँकांना दणका देणारा मल्ल्या काही पहिला नाही आणि एकूण पाहता तो शेवटचाही असणार नाही. मल्ल्या ही एक वृत्ती आहे आणि ती कधी संपणारी नाहीय. संसदेने अनेक वेळा बँकांकडे असलेली लाखो-कोटींतली थकबाकी एक-दोन मिनिटांत माफ केली आहे. बँकांच्या सातबाऱ्यावर थकबाकी दिसणं, तीही वसूल न होणारी थकबाकी दिसणं म्हणजे या बँकांसाठी धोक्याची घंटा असते. घंटा वाजवण्यापेक्षा थकबाकी माफ करणं सोयीचं ठरतं. अर्थात तीही बड्यांची. शेतकऱ्यांना वर्षानुवर्ष आंदोलन करत कर्जमाफीची मागणी करावी लागते. मग कर्जमाफीची लाटच उफाळून येते महापुरासारखी... ती ओसरण्यापूर्वी मग कर्जवाटपाची लाट येते. जनार्दन पुजारी अर्थमंत्री असताना गावोगाव, गल्लोगल्ली माणसं अडवून कर्ज मेळावे घेण्यात

आले. अलीकडं जसं आपल्याला रोज फोन करून, एस.एम.एस. करून किंवा प्रत्यक्ष भेटून वेगवेगळ्या कंपन्या मोठ्या गोड भाषेत विचारतात, ''साहब, लोन चाहिए क्या...'' पुढं पुढं मग कोणत्याही कंपनीच्या उंबरठ्यावर न जाता ऑनलाइन कर्जवाटप सुरू झालं. मोठमोठ्या घोषणा आल्या - रिकाम्या खिशानं या आणि मोटार घेऊन जा. वगैरे वगैरे... पण रिकाम्या खिशानं या आणि पोटासाठी धान्य घेऊन जा, औषध घेऊन जा, इंटरनॅशनल शाळेत पोराला भरती करून जा अशा घोषणा अजून काही ऐकायला येत नाहीत. तशी शक्यताही नाही... तर लोन मेळ्याच्या काळात कुणाकुणाला कर्ज दिलं आणि त्यातून काय उगवलं ते कोणत्याही चौकशी आयोगाला सांगता येत नाही. तेव्हा मी कोल्हापुरात बातमीदार होतो. इचलकरंजीत एका नावाजलेल्या बँकेने (जी सध्या विलीनीकरणाच्या रांगेत आहे) ह्यात नसलेल्या अनेकांना मोठ्या सन्मानानं कर्ज दिलं होतं. सरकार या कार्यक्रमाला कल्याणकारी योजना म्हणत होतं. कल्याण कुणाचं आणि कसं होणार हे सांगता येऊ नये अशी अवस्था आहे. इंदिरा गांधींनी वाजत-गाजत बँकांचं राष्ट्रीयीकरण केलं आणि राज्यघटनेच्या प्रियंबलमध्ये ते समाजवादाशी जोडलं. मोदी सरकारच्या काळात हा शब्द गायब झालाय जाहिरातीतून... राष्ट्रीयीकरणाच्या निर्णयाचं जगभरातून स्वागत होत राहिलं. पुढं अनेक बँकांना आजारपणाचा रोग जडू लागला. कोणतं ना कोणतं कारण होतं आणि आता तर खासगीकरणाच्या काळात 'दाग अच्छे लगते है' तसं 'बीमारी अच्छी लगती है' या न्यायानं चालू आहे. सार्वजनिक क्षेत्र आजारी पडल्याशिवाय किंवा थोडं धाडस करून आजारी पडल्याशिवाय खासगी क्षेत्र धावणार कसं? बँकांची मोठी कर्जे कोण थकवतं आणि कशी थकवतं, यावर कधी चर्चा होत नाही.

बराच वेळ वेगवेगळ्या लोकांशी चर्चा होत होती. त्यातून कुणीतरी एक मुद्दा मांडला, की गरीब कर्जदार सहसा आपलं कर्ज बुडवत नाहीत. कर्ज घेण्यासाठी जशी एक आर्थिक आणि राजकीय क्षमता लागते. तशी ती बुडवण्यासाठीही लागते... गरिबाकडे विशेषतः बीपीएलचा कागद ग्रामपंचायतींसमोर मिरवणाऱ्याकडे अशी क्षमता नसते. काही झालं तरी ते कर्ज फेडण्याचा प्रयत्न करतात. कर्नाटकातले एक जानेमाने उजवे साहित्यिक सांगलीच्या साहित्य संमेलनात समारोपात बोलताना म्हणाले होते, की शेतकरी, शूद्रांनी कर्जे बुडवली की ते नरकात जातात. नरकात कुणालाच जायचं नसतं. त्यामुळे हा वर्ग हप्ते वाढवून घेतो पण कर्ज फेडतो. स्वातंत्र्यानंतर कधीतरी एकदा त्याची कर्जमाफी होते पण तोपर्यंत नरकाला न घाबरणाऱ्यांची अनेक वेळा झालेली असते.

तेव्हाच्या धुळे जिल्ह्यात खोंडामळे येथे सेंट्रल बँकेची शाखा होती. एकात्मिक विकास योजनेत धर... पकड आणि दे कर्ज, असा प्रकार सुरू होता. अर्थात यासाठी वरूनच आदेश होते. आपल्याकडे वर बोट करणं खूप सोपं आणि सोयीचं असतं.

तर या बँकेनं आपल्या कमांड एरियातील समशेरपूर या आदिवासी गावातील एका सरपंचाच्या पोराला गायी आणि शेळ्यामेंढ्या घेण्यासाठी कर्ज दिलं. कर्जातून जनावरं आणि दूधदुभत्याचा व्यवसाय सुरू झाला. कर्जदार दर महिन्याला वेळेत हप्ता भरू लागला. सारं काही मस्त चाललं होतं. खरंतर एक यशोगाथा जन्माला येत होती. रात्रीलाच चिकटलेल्या एका पहाटे बँकेचे शाखा व्यवस्थापक ए. आय. सय्यद यांच्या दरवाजावर मोठमोठ्यानं थाप पडू लागली. एवढ्या रात्री कोण असेल बाहेर, असा प्रश्न सय्यद यांना पडला. स्वाभाविकच भीती वाटली. त्यांनी दरवाजा न उघडता आतूनच विचारायला सुरुवात केली, "कोण आहे बाहेर, एवढ्या रात्री? काय काम आहे?"

बाहेरून एकाचा नव्हे, तर अनेकांचा आवाज एकाच वेळी येऊ लागला. "साहेब, दरवाजा उघडा. बँकेचं काम आहे."

सय्यदनी आतूनच विचारलं, "बँकेचं काम असेल तर सकाळी अकरा वाजता बँकेत या. एवढ्या रात्री माझ्या घरी कशाला?"

बाहेरून पुन्हा आवाज, "आम्ही भिल्ल आहोत. खूप अर्जंट काम आहे. दरवाजा तर उघडा."

सय्यद : सांगितलं ना सकाळी या...

बाहेरचा जमाव व्याकूळ होऊन आवाज देऊ लागला तसे सय्यद दरवाजा उघडण्यासाठी पुढं आले. मनातली भीती वाढत होती आणि एवढ्या पहाटे हे भिल्ल कशाला आले असतील, हा चिंता वाढवणारा प्रश्न होताच.

सय्यदनी दरवाजा उघडला. डोक्याला मुंडासं बांधलेले, अर्धी चड्डी घातलेले चार-पाच लोक होते. त्यांनी सय्यदना घाईघाईत नमस्कार केला.

सय्यदनी प्रश्न केला, "कोण आहात तुम्ही आणि एवढ्या रात्री का आलात?"

एक भिल्ल पुढं येऊन म्हणाला, "साहेब, आम्ही समशेरपूरचे. आमच्या सरपंचाच्या मुलाला तुम्ही गायी-शेळ्या घेण्यासाठी कर्ज दिलं होतं. तो हप्तेही वेळच्या वेळेला देत होता आणि त्याचं तसं बरं चाललं होतं; पण संध्याकाळी अचानक..."

बोलता बोलता हा थांबला तसा दुसरा एका दमात म्हणाला, "काल संध्याकाळी तो मेला."

तिसरा म्हणाला, "सकाळी त्याच्यावर शेवटचं क्रियाकर्म करायचं. कुणाच्या तरी लक्षात आलं, की त्याच्या कर्जाचे काही हप्ते बाकी आहेत. कर्ज फिटल्याशिवाय त्याच्या आत्म्याला शांती नाही मिळायची. नाहीतर त्याचा आत्मा भटकायचा पाड्याभोवती. आम्ही हिशेब करून हप्त्याचे पैसे आणले आहेत. तेवढे घ्या आताच्या आता. त्याला कर्जमुक्त करा म्हणजे त्याचा शेवटचा मार्ग मोकळा..."

एकानं चिंधीत बांधलेले पैसे सय्यद यांच्या हातात दिले. सय्यद काय म्हणणार, पैसे मोजणार का हे न पाहताच सारे झपझप पावलं टाकत अंधारातच निघून गेले. सय्यद आश्चर्यचकित होऊन त्यांना पाठमोरे पाहत राहिले. त्यांच्या आणि एकूण बँकेच्या इतिहासात अशी घटना प्रथमच घडली असावी. सकाळी अकरा वाजता बँकेत जाऊन त्यांनी त्या भिल्लाची फाइल ओपन केली. त्याच्या नावावर जेवढं थकीत कर्ज होतं तेवढं सारंच्या सारं त्यांना देण्यात आलं होतं...

सय्यद आता निवृत्तीनंतर नगरमध्ये आपल्या कुटुंबीयांसमवेत राहतात. समारंभाच्या वेळी सांगण्यात आलेली माहिती खरी की खोटी हे विचारण्यासाठी त्यांना फोन केला. पंचवीस-तीस वर्षं मागं जाऊन त्यांना ही घटना आठवली. सद्गदित होऊन त्यांनी हे सारं सांगितलं. असे ग्राहक मिळाले तर बँकांना कधीच कसला धोका निर्माण होणार नाही. याविषयी त्यांनी विश्वास व्यक्त केला.

नगर जिल्ह्यातच बारी नावाच्या छोट्याशा गावात असलेली सेंट्रल बँकेची शाखा १९९३ मध्ये जळाली. पण, गावातल्या सगळ्या खातेदारांनी बँकेला धीर दिला. आपलं देणं-घेणं प्रामाणिकपणे सांगितलं. एकही कागद आगीतून वाचला नसताना शाखा या गरीब गावाचा विश्वास घेऊन पुन्हा उभी राहिली. शेंडीबारीत ती सुरू झाली.

बँकेच्या कर्मचाऱ्यांच्या पतसंस्थेचा कार्यक्रम संपेपर्यंत आणि नंतरही या दोन्ही घटनांचा विचार करू लागलो. कर्मचाऱ्यांच्या युनियनचे एक नेते सुभाष चौधरी यांच्याशी बोलत होतो. कर्ज चुकते करण्यासाठी मॅनेजरच्या घराचा दरवाजा रात्री कोण बडवत होतं आणि त्यातून काय संदेश मिळत होता याचा एकसारखा विचार करतो आणि दरवाजा न ठोठावताच पैसे भरलेल्या बॅगा घेऊन परदेशात कोण जात होते हेही आठवत होतं...

२१ ऑगस्ट २०१६

■ ■ ■

'त्या'ची घरवापसी

तो मुलगा की मुलगी याविषयी सुरुवातीला माझाही संभ्रम झाला होता.

मी बराच वेळ त्याला सूक्ष्मपणे न्याहाळत होतो. त्याच्या शरीरावर मुलीच्या खुणा अधिक होत्या.

मी त्याला थेटच प्रश्न विचारला, ''तू मुलगा की मुलगी हे प्रथम सांग.''

वीस वर्षांची ही व्यक्ती म्हणाली, ''सर, मी मुलगाच आहे.''

''अरे वा छान! पण तुला मुलासारखं बोलता येत नाही ना.''

''हो येतंय.''

''मग तू आणि मी इथे असेपर्यंत तरी मुलासारखा आवाज काढ. मुलीसारखा नको. शक्य आहे का? तुझ्याकडे ऊर्जा आहे का? की तुझ्यातल्या मुलीनं खाऊन टाकली सारी?''

''हो सर, मी मुलासारखं बोलू शकतो. चालूही शकतो.''

''खूपच छान! मग हे मुलीचं रूप का घेतलंस?''

''सर, मला मुलगी होणं खूप खूप आवडतं. त्यांच्यासारखं बोलायला, वागायला, राहायला आवडतं.''

''पण तू तर मुलगा आहेस ना!''

''हो, पण मला मुलींचा सहवास खूप आवडतो.''

''पण त्याला विरोध कुणी केलाय? अनेकांना मुलींचा सहवास आवडतो. मुलींना मुलांचा सहवास आवडतो, पण म्हणून काही कोणी आपलं रूपांतर कृत्रिमरीत्या मुलीत किंवा मुलात करत नाही. तुला निसर्गानं मुलगा बनवलाय. तू कृत्रिमरीत्या मुलगी होण्याचा प्रयत्न करतोयस. निसर्गाच्या विरोधात गेल्यास निसर्ग माफ नाही करत. अशी थप्पड देतो की तू माणसातून उडून जाशील.''

''कळतंय मला पण मी आता खूप पुढं गेलोय...''

''म्हणजे कुठं... किती पुढं?''

तो : नाही सांगता येणार.

मी : पण तू तर आता मुलासारखाच बोलतोयस.

''हो, पण मला मुलींचं आकर्षण खूप आहे.''

''असू दे असं मी अगोदरच म्हणालोय. पण त्यासाठी निसर्गाच्या विरोधात जाऊन मुलगी का व्हायचं... जाऊ दे तुझ्या अंगात हा ड्रेस कसला आहे?''

''लेडीज जॅकेट.''

''समज, ते काढलं तर काय होईल का? म्हणजे हृदयविकाराचा झटका, बी.पी. लो-हाय, शुगर लो-हाय वगैरे...''

''नाही, तसं काही होणार नाहीय.''

''असं कर ते जॅकेट काढून मला दे... काही झालं ना तुला तर रिस्क मी घेतोय...'' आणि हो मध्येच मला आठवलं की तू जेव्हा रात्री-अपरात्री घरी पोचतोस तेव्हा तुझे आई-वडील वाट बघत असतात का तुझी? वडील काय करतात..?

''हो, वाट बघतात. वडील रिक्षा ड्रायव्हर आहेत. झोपडीवजा घरात राहतो.''

''ओके! तुझे आई-वडील कुणाची वाट बघतात?''

''कुणाची म्हणजे माझीच...''

''मला विचारायचंय की आपल्या मुलाची की तृतीयपंथीयाची की 'गे'ची? मुलाऐवजी हे दुसरंच रूप पाहून त्यांना काय वाटत असेल? आपण कुणाला जन्म दिलाय आणि घरी हे कोणतं रूप येतंय?''

यावर तो गंभीर झाला. त्यानं अंगातलं जॅकेट काढून माझ्या हातात दिलं. मग मी त्याच्या मनगटावर रुळणाऱ्या काळ्या मण्यांच्या माळेवर लक्ष ठेवलं. ती काय आहे, असं विचारताच तो म्हणाला, ''लेडीज ऑर्नामेंट...''

''दे तीही.''

त्यानं मुकाटपणे काढून माझ्या हातात दिलं.

आता त्याच्या चेहऱ्यावर एक संमिश्र भाव होता. काहीतरी निसटतंय, काहीतरी पुन्हा सापडतंय असा...

त्याचा हा भाव त्याचा एक मित्र आणि चार हितचिंतक युवती न्याहाळत होत्या. कित्येक दिवसांपासून त्याच्यासाठी सुरू असलेल्या आपल्या प्रयत्नांना यश येतंय असं त्यांना वाटत असावं. यात एक वकील होती. पोराला शाळेतून घ्यायचं म्हणून ती निघून गेली. थोड्याच वेळात प्रा. संतोष पवार आणि 'मनोविकास'चे अरविंद पाटकरही खोलीत

आले. यांनं मण्यांची माळ माझ्या हातात दिली. मी त्याला विचारलं, "ते गळ्यात काय लोंबकळतंय तेही माझ्याकडे दे."

ते स्टोल होतं तेही त्यानं माझ्या हातात दिलं. ते घेत मी विचारलं, "काही त्रास होतोय का?"

तो नाही म्हणाला.

मग त्याला पाचशे रुपयांची नोट दिली. बाहेर गेल्यावर केस कापून घे. मुलीसारखे वाढलेले केस काढून टाक.

त्यानं नको नको म्हणत शेवटी पैसे घेतले. घेतले म्हणण्यापेक्षा त्याच्या हातावर मी ते टेकवले.

पुन्हा त्याला विचारलं, "काही त्रास होतोय का?"

तो नाही म्हणाला.

खोलीतले सारेच जण त्याच्या पुनर्बदलाला मनापासून आणि मोठ्या जिव्हाळ्यानं पाठिंबा देत होते.

मी जागेवरून उठलो. माझी सुटकेस उघडून एक शर्ट काढला. "हा शर्ट आता अंगात घाल, आणि हो, अविचारानं मुलींचे कपडे घालत होतास. आता विचार करून हा शर्ट घाल. त्रास झाला की सांग... तुला देत असलेला हा शर्ट माझ्या खूप आवडीचा आहे. मी साठी पार केली म्हणून मित्राच्या मुलानं मला गिफ्ट केलाय."

त्यानं शर्ट घातला. बटणं लावली. छाती दिसणार नाही अशा पद्धतीनं बटणं लावली.

मग मी माझं आवडतं जॅकिट दिलं. त्यानं ते शर्टावर घातलं. त्याला सांगितलं, "जॅकिट रोज घालत जा... त्यावरून तुझा ब्रॅण्ड तयार झाला पाहिजे आणि हो हे मी दिलंय... हे सारं मी केलंय असं कुणाला सांगायचं नाही..."

त्याचे कपडे, दागिने, स्टोल मी माझ्याकडे घेतले. तो नवा ड्रेस घालून उभा राहिला आणि साऱ्यांचे मोबाईलमधले कॅमेरे चकाकू लागले. सिंगल फोटो, ग्रुप फोटो, सेल्फी वगैरे वगैरे... त्याच्या मित्रांना इतका आनंद झाला होता... इतका आनंद झाला होता, की त्याचं वर्णन करता येणार नाही... सिग्नलवर टाळी वाजवत भीक मागणाऱ्या हिजड्यांना मुख्य प्रवाहात आणण्यासाठी त्यांचा प्रयत्न चालू आहे. या सर्वांना अडचणी तयार व्हायला नकोत म्हणूनच त्यांची नावं इथं दिली नाहीत. यातली काही पोरं स्पर्धा परीक्षा जिंकण्यासाठी आली आहेत. पण तत्पूर्वी त्यांनी ही एक लढाई जिंकली. पहिल्यांदा स्पर्धा परीक्षा पास व्हा... अधिकार, प्रतिष्ठा मिळवा. मग ती या कार्यासाठी खर्च करा, असा सल्ला त्यांना दिला. त्यांना तो पटला असावा...

आम्ही सारे खोलीतून बाहेर पडलो. त्याला घेऊन मुख्य प्रवाहात आलो. एका

संशोधन केंद्राला भेट दिली. एका गेस्ट हाउसमध्ये चहा घेतला. मग सायोनारा...

मी नाशिकच्या रस्त्याला लागलो. नव्यानं तरुण बनलेला आणि एका अर्थानं स्वतःवरची काही काळापुरती उगवलेली विकृती झटकून टाकणारा एक राजबिंडा नजरेसमोर उभा होता. आज तो घरी परतेल तेव्हा त्याच्या आई-वडिलांना काय वाटेल... एका अर्थानं 'त्या'ची घरवापसी झाली होती. त्याचा ती आणि तिचा तो असा एक खडतर प्रवास करून तो परतला होता. त्यासाठी त्यानं आत्मविश्वास वापरला होता. नवी लढाई स्वीकारली होती. अनेक स्वप्नं त्याच्या डोळ्यात तरळत होती. मी नारायणगावला पोहोचेपर्यंत त्यानं केस कापून घेतले होते. त्याचाही फोटो त्यानं मोबाईलवर पाठवला. जाम खूश दिसत होता तो फोटोत... मग रात्री त्याला फोन करून विचारलं, ''कसं वाटतंय..? माझ्यावर चिडला तर नाहीस ना? मुलगा म्हणून जन्माला आलेली एक व्यक्ती मी त्यालाच परत केलीय. मलाही खूप आनंद झालाय...''

खरंतर यापूर्वी दोन तरुणांनी मला आपण गे होतोय, असं सांगितलं होतं. दोघंही स्पर्धा परीक्षेसाठी पुण्यात आले होते. त्यांपैकी एक कपड्याच्या दुकानासमोर अचानक भेटला. त्याचं एक दीर्घ पत्र आलं होतं. गे किती श्रेष्ठ असतात, त्यांना समाजात समान वागणूक कशी मिळायला हवी हे त्यानं लिहिलं होतं. न्यायासाठी निघालेल्या गेच्या मोर्चातही तो सहभागी झाला होता. मी त्याला म्हटलं, ''स्पर्धा परीक्षेत उत्तीर्ण होईपर्यंत तू हा विषय बाजूला ठेव. नंतर पाहू.''

त्याला पटलं...

नाशिकला पोहोचेपर्यंत मी बरीच पाळंमुळं खोदण्यात यशस्वी झालो होतो. नाशिकमध्ये एका सहाव्या वेतनी पर्मनंट प्राध्यापकानं आपलं रूपांतर 'ती'मध्ये करून तो परागंदा झालाय. काही मुलं जन्मताच स्त्रीच्या बाबतीत पॉझिटिव्ह आणि पुरुषांच्या बाबतीत निगेटिव्ह असतात. ती महिलांच्या जगात जाण्यासाठी धडपडत असतात. काही देवदेवतांच्या नावानं हिजडे बनतात, तर काही कुणाच्या तरी नादाला लागून अवतारांतर करण्याचा प्रयत्न करतात. अशा रूपांतराला चंगळवाद समजतात. त्यांच्या टोळ्या असतात. त्याचं एक जग असतं. कुणीतरी त्यांचं रोड मॉडेल होऊन त्यांना प्रोत्साहनही देतं. जसं की आपल्याकडं यांच्यापैकी एकजण अधिकारी, एकजण महापौर, एकजण आमदार बनला होता. अगदी अलीकडंच ओडिशा सरकारनं किन्नरांना स्वातंत्र्यदिनाच्या मिरवणुकीत भाग घेण्याची परवानगी दिली होती. प्राचीन काळापासून हा वर्ग आहे. वेगवेगळ्या नावांनी तो परिचित आहे. नादिरशहानं दिल्लीची जी लूट करून नेली, त्यात शंभर हिजडे होते. अर्थात, 'खोजे' या नावानं ते कृत्रिमरीत्या तयार केले जात. असो. इतिहास महत्त्वाचा नाही तर कुणाच्या तरी नादानं, अज्ञानानं, आकर्षणानं 'तो'चा 'ती' होऊ

पाहणाऱ्यांचं काय करायचं? त्यांनी गमावलेली सामाजिक, कौटुंबिक प्रतिष्ठा त्यांना परत कशी करायची? त्यांचं पुनर्वसन कसं करायचं? सरकारकडं यासाठी काही ठोस योजना नाही... तोल जाऊन भलतंच काहीतरी बनू पाहणाऱ्यांना मुख्य प्रवाहातलं जीवन कसं द्यायचं वगैरे खूप प्रश्न आहेत. खरंतर आता हा प्रश्न नाजूक सामाजिक प्रश्न बनतोय... काही तरुण आणि तरुणी मोठी रिस्क घेऊन त्यांच्यासाठी काहीतरी करू पाहत आहेत ही चांगलीच गोष्ट आहे. पण यांच्याकडं साधनं नाहीत... पैसे नाहीत...

रात्री उशिरा त्याला फोन केला. तोपर्यंत त्याच्या पूर्वायुष्याचे अनेक फोटो संतोषनं पाठवले होते. ते पाहावत नव्हते. पण आज शर्ट, जॅकेट घातलेल्या आणि केस कापून घेतलेल्या तरुणाचा फोटो... डोळाभर स्वप्नं घेऊन उभा असलेला फोटो मला भावत होता. काही तास मी त्याचा फोटो स्क्रीनसेवर केला होता. पुन्हा त्याच्याशी बोललो. घरवापसीचा निर्णय मोठ्या निर्धारपूर्वक तो अमलात आणणार होता. स्वतःचा पुनर्शोध घेण्यासाठी तो कोणत्यातरी शिबिरात सहभागी होणार होता. समूहजीवनात प्रवेश करणारी आपली पोरं नेमकी काय करतात... घर सोडून दूर जगणारी पोरं नेमकी काय करतात... कुणाकुणाची सावली आणि ऊन त्यांच्यावर पडत असेल, याविषयी पालकांनी थोडी जरी सतर्कता पाळली तरी खूप मोठे अपघात आपण चुकवू शकतो. जाऊ द्या... पालकांकड वेळ कुठाय...?

२८ ऑगस्ट २०१६

■ ■ ■

दिल है छोटासा, छोटीशी आशा...

जन्माला येणारी प्रत्येक नवी पिढी हे एक नवं राष्ट्र असेल, हे कार्लाइलच म्हणणं मान्य केलं तर मग या पिढीची म्हणून एक संस्कृती असते, हेही ओघानंच आलं. माणूस त्याच्या संस्कृतीचा निर्माता असतो, हेही ओघानंच आलं. आता माणूस म्हणजे फक्त प्रौढ, असं आपण गृहीत धरून चालतो. कोवळ्या पिढीच्या मनात संस्कृतीविषयी, नव्या समाजाविषयी, नव्या नैतिकतेविषयी सुरू असलेली स्पंदनं आपण सहसा पाहत नाही. तशी गरजही आपल्याला वाटत नाही. जणू काही संस्कृतीचे निर्माते फक्त आणि फक्त प्रौढच असतात... त्यांनी ती तयार करायची आणि आपल्या पिढीवर लादायची... कधी ते या गोष्टीला परंपरा, नीतीमत्तेचं नाव देतात, तर कधी अन्य कशाचं तरी... त्यांना काय शिकायचं आहे हे पोरांना कधीतरी विश्वासात घेऊन विचारलं, तर कदाचित नवी क्रमिक पुस्तकं तयार होतील, नवी अध्ययनपद्धती तयार होईल, पण तसं कधी घडत नाही.... कधीतरी घडेल का नाही, हेही सांगता येत नाही.

हे सारं आठवायचं कारण म्हणजे आपल्याकडे स्वच्छतेची मोहीम सुरू आहे. ज्या गोष्टी संस्कार म्हणून रुजायला पाहिजेत, जीवनशैलीचा एक भाग बनायला पाहिजेत, त्या सर्वांची आपण मोहीम चालवतो. उदाहरणार्थ फायली हटाव मोहीम, स्वच्छ कारभाराची मोहीम, हात स्वच्छ करण्याची मोहीम, अपघात न करण्याची मोहीम आणि एवढंच नव्हे, तर सभ्य वागण्याची आणि नसलेलं सौजन्य व्यक्त करण्याची मोहीम...बहुतेक मोहिमा राबवण्यासाठी शाळकरी विद्यार्थ्यांचा वापर होतो. मंत्र्यांच्या स्वागतापासून ते रोपासाठी खड्डा खणण्यापर्यंत बच्चेकंपनीचा वापर होतो. मिरवणुकीतील फलकही त्यांच्याच हातात असतात... आता हे असं असावं की नको यावर विद्वान चर्चा करतील... पण विद्यार्थ्यांच्या हातातील फलकावरचा मजकूरही प्रौढांनी लिहिलेला असतो... पोरांचं नवं जग कसं असावं हेही प्रौढांनी लिहिलेलं असतं... वर्गात वाचावयाची बातमीही प्रौढांनी निवडलेली असते... स्वच्छ भारत धावायला लागला आणि पोरांच्या हातात झाडू आले... त्यांच्या ओठावर घोषणाही आल्या... आता या सार्‍या मोहिमेत छोट्यांच्या मनात काय

होतं... भारत कसा स्वच्छ होईल याविषयी कोणते आडाखे होते, हे गांभीर्याने पाहायला आणि ऐकायला कुणाकडं वेळ नव्हता... काही पोरं स्वच्छ भारतावर निबंध लिहायची, भाषणं करायची आणि बक्षिसं मिळवायची. अर्थात, या गोष्टीही प्रौढांनीच तयार केलेल्या असतात... त्यात शिक्षक आणि पालक आघाडीवर असतात... शेवटी पोरांना स्वतःचं काही व्यक्त करता येत नाही...

स्वच्छतेची मोहीम चालू असताना नाशिकच्या अर्पिता कृष्णा पवार या सहावीतल्या एका पोरीनं एक धाडस केलं आणि थेट पंतप्रधान नरेंद्र मोदी यांनाच एक छोटेखानी पत्र पाठवलं. त्यांना मराठी कळणार नाही म्हणून हिंदीत पत्र लिहिलं. नेटवरून पत्ता मिळवला आणि पत्र पाठवलं. स्वच्छतेविषयी आपल्याला काय वाटतं आणि ही मोहीम यशस्वी कशी होईल, याविषयी छोट्या मनात उठलेले मोठे तरंग म्हणजे हे पत्र आहे. विशेष म्हणजे, स्वतः तिनं पत्र लिहिलं, जसं जमलं तसं लिहिलं आणि पुढं कधीतरी ते पालकांना कळलं...

पंतप्रधानांची स्वच्छता मोहीम सध्या ज्या पद्धतीनं चालू आहे तशी ती यशस्वी होणार नाही, या पहिल्या वाक्यानंच अर्पिताच्या पत्राची सुरुवात आहे. तिनं पत्रात काही कल्पना, काही उपाय लिहिले आहेत.

उपाय एक : महापालिकेच्या वर्ग-१च्या सर्व अधिकाऱ्यांनी स्वतः आठवड्यातून तीन वेळा शहराचा फेरफटका मारावा, स्वतः अस्वच्छता पाहावी आणि यंत्रणेकडून स्वच्छता करून घ्यावी. सुमारे तीन तास म्हणजे सकाळी सहा ते नऊ या वेळेत शहराची पाहणी करावी. सुरतमध्ये प्लेगची साथ आली होती तेव्हा तिथले आयुक्त असं करत होते.

उपाय दोन : अस्वच्छता करणाऱ्यांना जबर दंड करावा.

उपाय तीन : कोणत्याही कारणाने फुटलेल्या बाटल्यांच्या काचा गोळा करण्यासाठी स्वतंत्र व्यवस्था असावी. त्यासाठी ब्रोकन बॉटल बँक तयार करावी. काचा टाकण्यासाठी स्वतंत्र जागा असावी. त्या उचलण्याची व्यवस्था असावी.

उपाय चार : अस्वच्छता केल्यावर दंड होणारच, याचा प्रचार करावा.

हे सारं लिहिल्यानंतर अर्पितानं पंतप्रधानांना नाशिकच्या दौऱ्यात भेटण्याची इच्छा व्यक्त केली. असंच एक पत्र तिनं नाशिक महापालिकेच्या एका विनाकारण गाजलेल्या आयुक्तांकडं पाठवलं. विशेष म्हणजे, त्यांनी उत्तर पाठवलं. अर्थातच बड्या, पांढऱ्या हत्तींनी शहर फिरण्याचा प्रस्ताव केवळ अशक्य आहे, असं सांगितलं. शिवाय, अशी पत्रं यापुढं आल्यास ती बेदखील ठरवण्यात येतील, अशी वडिलकीची एक तंबी दिलीच. पोरगी धाडसी आहे. ती निराश नाही झाली तर पंतप्रधानांच्या पत्राची वाट बघतेय. आपली 'मन की बात' ते ऐकतील कधी तरी या अपेक्षेत ती आहे...

अर्पिताच्या पत्रातून व्यक्त झालेल्या अपेक्षा प्रशासन आणि सामान्य नागरिकांची मानसिकता यावर बोट ठेवतात. एक म्हणजे पूर्वी राजेरजवाडे काही वेळा जनतेची दुःखं समजून घेण्यासाठी वेश बदलून फिरायचे. गाऱ्हाणी ऐकायचे. महाराष्ट्रात असा प्रयत्न बॅ. ए. आर. अंतुले यांनी स्वतः मुख्यमंत्री असताना गाजावाजा करून केला होता. तो यशस्वी झाला नाही कारण तो प्रसिद्धीसाठीचा एक स्टंट होता, हे सर्वांनाच कळून चुकलं होतं. आता राहिला प्रश्न पांढऱ्या हत्तींचा. आपापल्या जिल्ह्यात प्रत्येक खेडं न पाहणारे म्हणजेच पूर्ण जिल्हा न फिरणारे अनेक कलेक्टर, तहसीलदार आहेत. लोकांसाठी जो अधिकारी दुर्मिळ असतो तो श्रेष्ठ, असं आपल्याकडं वचन आहे. अधिकाऱ्यांचं दर्शन घडायचं असेल, निदान तो टीव्हीवर दिसायचा असेल तरी प्लेग, महामारी, महापूर, भूकंप वगैरे काहीतरी घडायला हवं असतं... आता या स्थितीत कचरा शोधत कोण फिरणार? कचरा आणि लाल दिव्याची गाडी याचं नातं कसं जमणार, हा प्रश्न आहे... स्वच्छतेची घोषणा नुसतीच करून चालत नाही तर त्यासाठीची साक्षरता जन्माला घालावी लागते. आपल्याकडे २ ऑक्टोबरला स्वच्छतेची आठवण होते. 'एनएसएस'ला कार्यक्रम कमी पडले, की स्वच्छतेची आठवण होते. आपल्याकडची स्वच्छता कॅलेंडरवरच्या कोणत्या तरी छोट्या घरात अंग चोरून बसलेली असते. २ ऑक्टोबर आला, की या घराचा उद्धार होतो. बापूजींनी मैल्याची पाटी स्वतःच्या डोक्यावरून वाहून नेली होती, हे सांगून पुढारी टाळ्या घेतात. मते पळवतात. पण, आपल्या भोवतालातील अस्वच्छता तशीच राहते.

अर्पितानं मोठं तत्त्वज्ञान सांगितलंय अशातलं काही नाही... 'दिल है छोटासा छोटीशी आशा' याप्रमाणं आपल्या स्वप्नातली स्वच्छता कशी निर्माण करता येईल, हे सांगितलंय. महापालिकेनं तिचं पत्र अदखलपात्र ठरवलं असलं तरी तिनं आपल्या छोट्या मनातलं हे स्वप्न मात्र अदखलपात्र ठरवलं नाहीय. तिला स्वच्छ, सुंदर समाज हवा आहे. तो तयार करायचा असेल तर काही मार्ग तिने सुचविले आहेत. दुर्दैव असं, की हे सारे मार्ग पांढऱ्या हत्तींना कामाला लावणारे आहेत. अर्पिताप्रमाणेच अन्य बच्चेकंपनीनेही असे प्रस्ताव तयार केले तर? शेवटी माणूसच समाज घडवत असतो आणि स्वच्छ समाजाची स्वप्नंही तोच बघत असतो.

अर्पिता माझ्या घरी येऊन स्वच्छतेवर बोलत होती. काही करून अधिकाऱ्यांनी दौरे केले पाहिजेत आणि मोठा फाइन लावला पाहिजे, असं सातत्यानं आणि पोटतिडकीनं सांगत होती. दंड केल्यावरच माणूस आतून-बाहेरून सुधारतो, हे अर्धसत्य आहे, हेही मी तिला सांगणार होतो. दुर्गंधी संपवणं जसं महत्त्वाचं तसं ती तयार करणारी गर्भाशयं संपवणंही महत्त्वाचं असतं, हेही मी तिला सांगणार होतो. पण सारा वेळ तिचंच ऐकण्यात गेला. ती जे काही बोबडे बोल बोलत होती ते विलक्षण आणि आनंददायीच होते.

४ सप्टेंबर २०१६

■ ■ ■ ■

तीस कोटी लिटर पाण्याची कथा

भारत-चीन यांच्यात १९६२च्या युद्धाच्या आगेमागे म्हणजे १९ नोव्हेंबरला स्थापन झालेल्या, तेव्हाचे गृहमंत्री बाळासाहेब देसाई यांच्या पुढाकारानं मंजूर झालेल्या आणि पुढं काही काळ जवळच्या पदवीसाठी गाजलेल्या आणि आता वयाची ५४ वर्षे पूर्ण करत गुणवान विद्यापीठांच्या यादीत स्थान मिळवणाऱ्या कोल्हापुरातील शिवाजी विद्यापीठात पाणीटंचाईवरून उद्भवलेला एक प्रसंग मला ३० ऑगस्टला आठवला. पहाटे पहाटे विद्यापीठाचा फेरफटका मारताना १९८२ ते १९८५ मध्ये कधी तरी घडलेल्या आठवणीचे स्मरण झाले. विद्यापीठाच्या एका सर्वोच्च समितीत पाण्याचा प्रश्न उपस्थित झाला. वेगवेगळ्या घटकांवर चर्चा सुरू झाली. त्यात एक घटक आला एक्क्याचा, म्हणजे एका बैलाच्या गाडीचा. हा एक्का राजाराम तलावातून पाणी आणायचा आणि ते वसतिगृहात पुरवायचा. बैल म्हातारा झाला होता. त्याच्याकडून जास्त खेपा व्हायच्या नाहीत. मग या म्हाताऱ्या बैलावर मासिक खर्च किती होतो, असा प्रश्न आला. उत्तर मिळालं शून्य. विद्यापीठाच्या आवारातच तो चरायचा. पण, तरीही तो किती रुपयांचं गवत खातोय आणि किती रुपयांचं काम देतोय? बैल ठेवावा की त्याला विकून टाकावं? त्याला विकल्यास त्याला सांभाळणाऱ्या नोकराच्या पगारावरचा खर्चही कमी होईल, कारण त्याच्या सेवेची गरज भासणार नाही. कोट्यवधीची उलाढाल करत तेवढीच तूट दाखवणाऱ्या (विद्यापीठांचा अर्थसंकल्प कायद्यानेच तुटीचा असावा लागतो) अर्थसंकल्पात बैलाला स्थान राहणार नव्हतं. बराच वेळ बैलावर चर्चा झाली. ठोस निर्णय न होता ती संपली. दोन दिवसांनी 'विद्यापीठातील बैल' या नावानं 'सकाळ'मध्ये एक स्फुट प्रसिद्ध झालं होतं... बैलाला अभय मिळालं होतं. बैलाचा विषय संपला तरी पाण्याचा प्रश्न तसाच होता. आठ-नऊशे एकरांत हातपाय पसरलेल्या विद्यापीठाला या प्रश्नानं बरंच हैराण करून सोडलं होतं.

विद्यापीठाला दोन ठिकाणांहून पाणी मिळत असे आणि आजही मिळतंय... एक

राजाराम तलाव आणि दोन, महापालिकेकडून. उन्हाळा तापला की राजाराम तलाव बोडका व्हायचा. पंचगंगेनं अंग आकसलं की, असंच व्हायचं. शहराबरोबर विद्यापीठातही पाण्याचा दुष्काळ पडायचा. बराच काळ हे असं चाललं होतं. विद्यापीठाचा पाण्यावरचा खर्च वार्षिक एक कोटी रुपयांच्या घरात गेला होता. पैसा खर्च करूनही पाणी पुरेसं नसायचं. पाण्याअभावी विद्यापीठ परिसरही ओसाड वाटायचा.

कुलगुरुपदी धनागरे आले आणि पाण्याच्या प्रश्नाचा पुन्हा एकदा गांभीर्यानं विचार सुरू झाला. दुष्काळजन्य परिस्थितीत विद्यार्थी काही प्रमाणात आपापल्या गावी परतायचे. सध्या जेथे भाषा भवन आहे त्यामागं तलाव खोदण्याचा प्रयत्न झाला. त्याला यशही आलं, पण पुरेसा पाऊस होत नसल्यानं तलाव भरत नव्हता. तो भरला कुलगुरू साळुंखे यांच्या कारकीर्दीत २००५मध्ये. मग पुन्हा पाण्याचा विचार सुरू झाला. पाण्याच्या बाबतीत विद्यापीठानं स्वयंपूर्ण व्हावं, असा एक निर्णयही झाला. पाणीसाठ्याच्या जागा आणि, जुने साठे कुठं होते, हे शोधणंही सुरू झालं. भाषा भवनाजवळच्या पाण्यामुळे थोडीशी हिरवाई दिसू लागली. मग पुढं कुलगुरू देवानंद शिंदे यांची कारकीर्द सुरू झाली. पाणीप्रश्न धसास लावण्याचा निर्णय झाला. आर्थिक तरतूद करण्यात आली. हंगामी कुलसचिव व्ही. एन. शिंदे यांनी जणूकाही जलशिवाराची जबाबदारी घेतली. दोन जुन्या विहिरी शोधण्यात यश आलं. एक विहीर १९८६ च्या दरम्यानची. पण ती तीस फूट गाळानं भरलेली. दुसरी विहीरही गाळानं तुडुंब भरलेली. गाळ काढताच तीही श्वास घेत पाण्यानं भरून वाहू लागली. तीन-चार शेततळी तयार झाली. 'कमवा व शिका' योजनेतल्या विद्यार्थ्यांनी आणि बाहेरच्यांनीही काम केलं. भाषा भवनाच्या तलावात चारीद्वारे पाणी सोडण्यात आलं. मग झाडं लावून ती जगवण्याची मोहीम सुरू झाली. शहरातील काही संस्थांनी यात पुढाकार घेतला. मोठ्या प्रमाणात लागवड सुरू झाली. झाडं जगू लागली. वाढू लागली. डुलू लागली. बघता बघता त्यांची संख्या चौदा हजारांच्या आसपास गेली. झाडांनी भोवतालचं पर्यावरणच बदलून टाकलं.

फिरायला म्हणून सकाळी लवकर बाहेर पडलो. प्रा. भगवान माने, आलोक जमगाटकर आणि स्वतः शिंदेही होते. पावलापावलावर, आजूबाजूला कुठून तरी मोर दिसायला लागले. नाचणारे, धावणारे, लपणारे, उडणारे मोर पाहून खूप आनंद वाटत होता. मोरोपंतांनी लिहिलेली 'केकावली' कविता आठवायला लागली. हिरव्यागार वनात मोरांचा हा मुक्त संचार मन सुखावत होता. अन्य पक्ष्यांचे आवाजही ऐकू येत होते. माहिती घेता समजलं, की अन्य ठिकाणाहूनही बरेच पक्षी इथे आले आहेत. हे नवं वन पक्ष्यांचं माहेरघर बनलं आहे. मोर, कावळे, चिमण्या, टिटवी, घुबड एवढेच पक्षी दिसायचे. आता त्यात वेगवेगळ्या घारी, नाम्या, रानबदकं, पाण्यातली बदकं, लाहुल्या,

तित्तर, कबुतरं अशा कितीतरी पक्ष्यांची भर पडली आहे. एका तलावात एक भला मोठा निष्पर्ण वृक्ष उभा आहे. त्यावर अनेक नामे बसलेले दिसले. या पक्ष्याच्या कपाळावर नाम ओढल्यासारखा दिसतो. वारकरी ओढतात तसा. यावरून त्याला नाम्या हे नाव मिळालंय. याशिवाय, रंगीबेरंगी चिमण्या वेगळ्या. तलावाच्या आणि विहिरीच्या काठावरील झाडावर डुलणारी सुगरणींची घरटी वेगळी, वाटेच्या आजूबाजूला सरपटणारे जीव वेगळे, रंगीबेरंगी फुलपाखरं वेगळी, वनस्पतींच्या नाना जाती वेगळ्या... वेगवेगळ्या फुलांचा सुगंध सर्वत्र दरवळणारा... जैवविविधतेचं एक आगार म्हणजे विद्यापीठ असं काही तरी समीकरण बनलंय... बॉटनी गार्डन आणखी समृद्ध झालंय... करवीरनगराच्या गळ्यातली एक हिरवीगार माळ म्हणजे विद्यापीठ असं काहीतरी वाटायला लागतं...

विद्यापीठात तयार होणाऱ्या सांडपाण्यावर प्रक्रिया करून ते झाडांपर्यंत पळवलंय. बारा महिने या साऱ्या वनस्पतींना पाणी मिळेल अशी व्यवस्था झालीय. पाणीटंचाईमुळे विद्यार्थी आता विद्यापीठ सोडणार नाहीत, याची खात्री झालीय. पाणी वाहून आणण्यासाठी आता एक्क्याची गरज राहिली नाही. स्वाभाविकच विद्यापीठाच्या कोणत्याही महत्त्वाच्या कमिटीत आता बैल येणार नाही... बैलाच्या किमतीवर चर्चा होणार नाही. एक-दोन लाख नव्हे, तर तीस कोटी लिटर पाणी विद्यापीठाच्या परिसरानं आपल्या पाठीवर आणि पोटात साठवून ठेवलंय. एक रमणीय ठिकाण तयार झालंय. रोज किमान चार ते पाच हजार नागरिक सकाळी आणि सायंकाळी फिरायला येतात. केकावली ऐकत आणि एकूणच पक्ष्यांचं गुंजन ऐकत मस्तपैकी चालत राहतात. विद्यापीठाच्या प्रवेशद्वारातून आत प्रवेश केला, की एकदम सुखद वाटायला लागतं. लवकरच हे हिरवंगार वन सहलीचं ठिकाण व्हायला हरकत नसावं. इतकं ते रमणीय बनलंय. रोज पक्षीतज्ज्ञ पक्ष्यांचं निरीक्षण करायला येतात. काही जण कॅमेरे गळ्यात अडकवून सौंदर्य टिपण्यासाठी येतात. नाशिकच्या मुक्त विद्यापीठाचं आवार जसं वनश्रीनं समृद्ध बनलं आहे तसाच शिवाजी विद्यापीठाचा परिसर वाटतो. फरक एवढाच, की मुक्त विद्यापीठानं दर वर्षी लाखो रुपयांचं उत्पन्न देणारी फळझाडं लावली आहेत. कोल्हापुरात तसं नाही. दिल्लीच्या जेएनयू विद्यापीठानं आपलं पारंपरिक वन अजूनही टिकवून ठेवलं आहे. सकाळी तिथं फिरायला जा, मोरासह अन्य प्राणीही आपल्या समोरून जातात. खेळतात. शिवाजी विद्यापीठाच्या यशोगाथेला वेगळा अर्थ आहे; कारण प्रतिकूल परिस्थितीत ती तयार झाली आहे. मेलेल्या विहिरी जाग्या करून आणि पावसाचा प्रत्येक थेंब मोठ्या कौशल्याने अडवून आणि साठवून ती तयार झाली आहे.

जाता जाता आणखी एक गोष्ट आठवली. कोल्हापुरातल्या 'सकाळ'ने स्वतः पुढाकार घेऊन पर्यावरणाच्या क्षेत्रात ऐतिहासिक कामगिरी केली आहे. पंचगंगा आणि

रंकाळ्यानं खुला श्वास घ्यावा, यासाठी अथक प्रयत्न केले आहेत. पाच वर्षांपूर्वी अशाच एका मोहिमेत रंकाळ्याच्या शेवटच्या टोकावर पिंपळाचं एक रोपटं माझ्या हस्ते लावण्यात आलं होतं. ते आता बरंच मोठं झालंय. म्हणजे त्याचं झाड बनलंय. मोठ्या उत्सुकतेपोटी ३१ ऑगस्टला ते पाहायला गेलो. विस्तारलेलं रोपटं पाहताना खूप आनंद वाटला. बागेत काम करणाऱ्या एका महिलेला झाडाच्या वाढीविषयी विचारलं, तर ती म्हणाली, ''आम्ही झाडाकडं लक्ष देतोय...बघता बघता त्याचा आता देव झालाय... बाया पूजेला येतात.. निवद दाखवतात, नारळं फोडतात... रोज पूजा करतात.... कुणी झाडाला मिठी मारतं... डायबेटिस की काय कमी होईल असं वाटतं... झाडं लई गुणी हाय बघा...''

माणूस मुळातच निसर्गपूजक आहे. पण डायबेटिस, बी.पी., दारिद्रय, व्यथा याच्यावरचा उतारा झाड नसतं, हे सांगतच मी रंकाळा सोडला.

१८ सप्टेंबर २०१६

■ ■ ■

जुन्या पायऱ्यांवरचे नवे वाघे

उरळी कांचनजवळ असलेला खासगी क्षेत्रातला बहुतेक पहिला साखर कारखाना म्हणजे साखरवाडीचा कारखाना. १० सप्टेंबरच्या रात्री या कारखान्याच्या परिसरात तिथल्या कामगारांनी आयोजित केलेल्या व्याख्यानमालेला जायचं होतं. दिवसाचा वेळ हातात होता म्हणून जेजुरीला जायचं ठरवलं. उरळीकांचन ते जेजुरी असा प्रवास करत भरउन्हातच जेजुरीला पोहोचलो. शहरात पोहोचताच नगरपालिकेचा कर्मचारी कसली तरी एक पावती घेऊन येतो. बहुतेक ती वाहनतळाची असते; पण वाहनतळ खूप दूर असतो. ३० रुपये देऊन जे खासगी वाहनतळ जवळ आहे आणि सोयीचंही, तिथं वाहन उभं करावं लागतं. दोन्ही बाजूंना असलेल्या दुकानांच्या गर्दीतून मंदिराच्या पायरीपर्यंत पोहोचता येतं. बहुतेक ठिकाणी 'सैराट'मधली उडत्या चालीची गाणी ऐकू येत असतात. भंडाऱ्याच्या पिशव्या विक्रीसाठी असतात. बानूबाईसाठी चोळीचे खण विक्रीसाठी असतात. अंध-अपंग भिकारी वेगळे. 'जेजुरी गडाला नऊ लाख पायरी', असं गाणं सगळ्यांनीच ऐकलेलं असतं; पण या नऊ लाख पायऱ्या आहेत कुठं, हे शोधणं मात्र कठीण...

रुंद, लांब पायऱ्या चढत डाव्या बाजूला एका वाघ्याजवळ थांबलो. अगदीच तरुण होता तो. जागरासाठीचा, पूजेसाठीचा पट तो मांडत होता. खरंतर त्याचं मूळ नाव विकी; पण तो वाघ्या बनल्यावर कालिदास बनलाय. जेजुरीतच राहतो. त्याचे आई-वडील दोघंही अंध... आई त्याच्यापासून पाच-दहा फुटांवर समोरच्या बाजूला भीक मागत बसलेली... वाघ्याशी बोलणं सुरू केलं. जागराचा नवा दर काय...? कुठं कुठं जाता वगैरे...

अतिशय बोलका असलेला वाघ्या म्हणाला : ''एक सांगू का साहेब, आम्ही नुसता चेहरा बघून सांगतो, की समोरचा माणूस जागर घालणार आहे की नाही! तुमच्या चेहऱ्यावरूनही वाटतं की तुम्ही जागर वगैरे घालणार नाही आहात; पण बोला काय बोलायचं ते...''

वाघ्याच्या सरळसोट बोलण्यानं कसं तरी वाटलं. काही तरी विचारायचं म्हणून मी विचारलं : ''जागराचे कार्यक्रम कमी झालेत का?''

तो : ''कमी कशापायी होतील? श्रद्धा किती वाढली आहे म्हणून सांगू... त्यात

आम्ही डोंगरावरचे वाघे. आम्हाला खूप मान असतो. अगदी लांबपर्यंतची सुपारी असते... अगदी अलीकडंच आम्ही नाशिकला ओझरजवळ एका शेतकऱ्याच्या घरी गोंधळ घालून आलो... अजून कुठं कुठं जात असतो.''

मी : ''कमाई बऱ्यापैकी होते का?''

तो : ''तर...खंडोबाची कृपाच दांडगी आहे. पोटपाणी तोच चालवतो...''

मी : ''नव्यानं वाघे आणि मुरळ्या तयार होतात का?''

तो : ''मग! खूप तयार होतात.''

मी : ''देवदासी प्रतिबंधक कायदा असतानाही?''

तो : ''कायद्याची परवानगी काढून कुणी वाघ्या-मुरळी होत नाही. नाचायला, गायला आलं की कुणीबी येतं इथं...पथकात नाचणारी मुरळी कुठून आली, याचं काही कुणाला देणं-घेणं नसतं...खूप बाया येतात इथं...मुरळ्या होतात...''

वाघ्या आणि मुरळी यांच्या नव्या पिढीविषयी हा विकी खूप बोलत होता. एक गोष्ट स्पष्ट होती की, कायदा मोडून कुणी वाघ्या व मुरळी अलीकडं होत नाही; पण व्यवसाय म्हणून या क्षेत्रात येणाऱ्यांची संख्या वाढतेय...जागर मोठ्या प्रमाणात होतात.. काम मिळतं...पोटपाणी चालतं...कमाईही होते म्हणून जागराचा व्यवसाय करणाऱ्यांची संख्या वाढली आहे. दोन-चार दिवस नाचगाणी शिकून संसारी बायाही मुरळ्या होतात. जागर झाला, की पुन्हा आपापला संसार करतात. काहींचा नवराही वाघ्या बनून फडात येतो, तर काही जणी दुसऱ्याच्या फडात जातात. पूर्वीप्रमाणं घरदार, संसार सोडून कुणी आता वाघ्या-मुरळी होत नाही. विकीचंच बघा ना! त्याला संसारासाठी पत्नी आहे आणि जागरासाठी मुरळीही आहे. तो स्वतः भारी गाणी म्हणतो आणि 'हबं हबं' म्हणत दिमडीही वाजवतो. पूर्वी जशी गावोगाव कलापथकं होती, तशी आता वाघ्या-मुरळीची पथकं आहेत. मोबाईलमुळे संपर्काची सोय झाली. सुपारी घेण्याचं काम सुलभ झालं आहे.

उद्योगधंदा नाही, पोटापाण्याचा प्रश्न मिटत नाही म्हणूनही डोंगरावर येऊन वाघ्या बनणारे वाढत आहेत. गडाच्या जुन्या पायऱ्यांवर नवे व्यावसायिक वाघे आणि मुरळ्या बसलेल्या दिसतात. कायद्याचं उल्लंघन न करता स्वेच्छेनं करायचा भक्तिसेवेचा व्यवसाय म्हणजे वाघ्याचं हे नवं रूप आहे.

संपूर्ण पायऱ्यांवर तीन-चार ठिकाणी तरी वाघे बसले होते. प्रत्येकाच्या समोर पट मांडलेला होता. नारळ, तांब्या, दिमडी, भंडारा, तेल, दिवटी-बुधली, लंगर तोडण्यासाठीची भलीमोठी टणक साखळी दिसत होती. गडावर येऊन पायरीवरच तासा-दोन तासांत जागर घालणारे भक्त वाढत आहेत. खूप दुरून ते येत असतात. स्वतंत्रपणे जागराचा बार उडवण्याची त्यांची क्षमता नसते. पैसाही नसतो. पायरीवर कशी स्वस्तात मस्त भक्ती करता येते! भक्तांची आणि वाघ्यांचीही सोय त्यात आहे. लंगर तोडणं मोठं

कठीण असतं. अनेक ठिकाणी गावोगावच्या जत्रांमध्ये साखळी तोडली जाते. एवढी भारी साखळी वाघ्या कसा तोडतो, हे भल्याभल्यांना न उलगडलेलं कोडं असतं. ही कृती धार्मिक असल्यानं तिची चिकित्सा कुणी करत नाही. भक्त हात-डोळे मिटून बसतात आणि वाघ्या साखळी तोडायला लागतो. कर्नाटकात अथणी तालुक्यातली मंगसुळी, इथं जेजुरी, तिकडं मालेगावजवळ चंदनापुरी अशी अनेक ठिकाणं साखळीसाठी प्रसिद्ध आहेत. दर रविवारी जेजुरीच्या पायऱ्यांवर पाय ठेवायला जागा असत नाही. वाघ्यांना बऱ्यापैकी काम मिळतं...

न राहवून मी पायऱ्यांवरच्या अनेक वाघ्यांना प्रश्न विचारला : "तुमचं खंडोबाशी लग्न झालंय का?"

"अहो, आता कोण कशाला लग्न करू देतंय...? आणि आम्ही म्हणतो त्येची गरजच काय?... देवानं बोलावलं सेवेला की यायचं... पोटापाण्याचं त्योच बघतो...त्योच वाचायला आणि गायला शिकवतो की..."

जेजुरीत पायऱ्यांवर आणखी एक दृश्य दिसतं. एरवी ते इतरत्र दिसत नाही. ते म्हणजे, पायऱ्यांवर ठिकठिकाणी लहान-मोठी कुत्री असतात. त्र्यंबकेश्वरमध्ये त्र्यंबकराजाच्या मंदिरासमोर गायी दिसतात तशी पायऱ्या-पायऱ्यांवर अगदी शेवटच्या पायरीपर्यंत कुत्री असतात. काही फिरत असतात. काही झोपलेली असतात. काही शेपूट हलवत असतात. बऱ्याच कुत्र्यांचे मालक असतात. काही भटकी असतात. कुत्रा हा खंडोबाचा सेवक असल्यानं त्याला धार्मिकदृष्ट्या खूप महत्त्व आहे. भक्त त्यांच्या अंगावर फुलं टाकतात... काही जण कुत्र्यांच्या गळ्यात हार घालतात...प्रत्येक जण भंडारा टाकतो...भंडाऱ्यानं कुत्री पिवळीधम्मक होतात. त्यांची काया सोनेरी होऊन चकाकत असते. काही जण कुत्र्यांवर चिल्लर-खुर्दा फेकतात. कुत्र्याचा मालक तो खुर्दा गोळा करतो. विशेष म्हणजे, अनेक भक्त कुत्र्यांना पेढे चारून पुण्य मिळवतात. दिवसभर पेढे खाणाऱ्या कुत्र्यांच्या शरीराचं काय होत असेल, पेढा हे कुत्र्याचं खाद्य आहे का, असे प्रश्न कुणाला पडत नाहीत... माणूस पुण्य मिळवण्यासाठी कावळ्या-कुत्र्याला भरवण्यापासून काहीही करू शकतो. पायऱ्या चढताना-उतरताना अनेक ठिकाणी कुत्रीही दिसली आणि वाघे-मुरळ्याही दिसल्या... या साऱ्यांची वेशभूषा, भाषा, संस्कृती सारं काही बदललं आहे. शेवटी बदल आवश्यक असतोच. पायऱ्या जुन्या असल्या तरी त्यावर असं नवं जग तयार झालं आहे... भक्ती काही नवी-जुनी असत नाही... अनेक वेळा मी या डोंगरावर गेलो असेन...प्रत्येक वेळेला काहीतरी वेगळं दिसतंच... नाडीच्या चड्डीपासून, धोतरापासून ते आता जीन्सची पँट आणि टी-शर्टपर्यंत वाघ्याचा प्रवास जुन्या पायऱ्यांच्या साक्षीनं सुरू असलेला दिसतो...

२५ सप्टेंबर २०१६

■ ■ ■

मरणाच्या भरपाईची सावली

रविवारच्या भरदुपारीच गेटवरून कुणीतरी कॉलबेल दाबली. या वेळेला कोण येणार?... असेल एखादा सेल्समन, असा विचार करतच बाहेर आलो... सेल्समनऐवजी एक तरुण वकील दारात उभा... माझाही पोरगा वकील असल्यानं त्याला भेटायला कुणी तरी आलं असावं, असं वाटलं... गेट उघडलं आणि त्याला आत घेतलं... गेट बंद करता करता त्याला विचारलं, 'आपण कोण? कुठून आलात?...'

त्यांनं सर्वप्रथम हातात हात दिला. गुड आफ्टरनून करत अतिशय हसतमुखानं तो म्हणाला, ''तुम्हालाच भेटायचंय... बाहेरच बसू या बागेत..''

प्लास्टिकच्या दोन खुर्च्यांवर आम्ही दोघं बसलो. त्यांनं खिशातून एक कार्ड काढलं. त्यावर त्याचं नाव होतं... बी.एस्सी., एलएल.बी. अशी पदवी होती... इजी लॉ कंपनी असं काहीतरी संस्थेचं नाव होतं...

काका नमस्कार, असं म्हणत मग तो बोलायला लागला. काका, 'आमची लॉ कंपनी आहे. इजी लॉ कंपनी असं तिचं नाव आहे. मी या कंपनीचा डिस्ट्रिक्ट मॅनेजर आहे. खरंतर आम्ही समाजसेवाच करतो. फारतर आपण या कामाला लॉ लिटरसी किंवा मराठीत कायदे साक्षरता, असं म्हणू शकतो. महाराष्ट्रात बहुतेक सर्व जिल्ह्यांत आम्ही काम करतो. शंभरेक प्रतिनिधी आहेत. शिवाय, मोठ्या तालुक्यांतही प्रतिनिधी आहेत. तुम्हा पत्रकारांच्या भाषेत आपण त्यांना स्ट्रिंजर म्हणू या...'

बराच वेळ तो त्याच्या कामाची, कंपनीची माहिती देत होता. पण, त्यांनं हे सांगण्यासाठी माझी का निवड केली? एकतर माझ्या घरात वकील आहे. बाहेरून माहिती मिळवावी अशातला काही भाग नाही. शेवटी मीच त्याला प्रश्न केला, 'कंपनीच्या प्रचारासाठी तुम्ही माझी का निवड केली?'

चेहऱ्यावर थोडंसं हास्य आणत तो म्हणाला, ''तुम्ही रागावणार नसाल तर एक प्रश्न विचारू का?''

मी 'हो' म्हणालो, तसं तो म्हणाला, ''माफ करा, तुमच्या नातेवाइकांत किंवा ओळखीत कोणी अपघातात दगावलं आहे का? मरण पावलं आहे का?''

मी 'नाही' म्हणालो आणि हे का विचारता आहात, याची चौकशी केली.

तो म्हणाला, ''खरं सांगायचं तर आमची कंपनी अपघातामधील मृतांना इन्शुरन्स कंपनीकडून भरपाई मिळवून देण्याचं काम करते. खेड्यापाड्यातल्याच नव्हे, तर शहरातल्याही बऱ्याच जणांना याची कल्पना नसते. अपघातात नातेवाईक मरण पावला तर अपघात घडवणारा किंवा इन्शुरन्स कंपनी यांच्याकडून भरपाई मिळते, याची माहिती त्यांना नसते. आम्ही कोर्टात केस घालतो. शेवटपर्यंत लढवतो. भरपाई शंभर टक्के मिळणार, याची गॅरंटी देतो. सर्व कागदपत्रे आम्हीच तयार करतो. पैसेही त्यांच्याच नावावर जमा करतो. किती तरी केसेस सध्या चालू आहेत. महाराष्ट्रात कुठंही अशी घटना घडली, की आम्ही मृताच्या नातेवाइकांना भेटतो. त्यांचं दुःख वाटून घेतो आणि भरपाईही मिळवून देतो.

मी पुन्हा एक बाळबोध प्रश्न विचारला, ''तुमचा यात काय फायदा?''

तो म्हणाला, ''फायदा म्हणता येणार नाही. काही परसेंटेज सर्व्हिस टॅक्स घेतो. खरंतर हे समाजकार्यच आहे. शिवाय मी मघाशी म्हणालो, तसं लॉ लिटरसी आहे.''

मी शांतपणे त्याचं ऐकून घेतलं. आमच्याकडे कुणी अपघातात दगावलेलं नाही, हे ऐकून तो थोडासा नाराज झाला. उठून उभा राहिला. म्हणाला, ''नो प्रॉब्लेम सर, पण असं घडलं तर कॉल करा... कोणत्याही क्षणी बोलवा. कार्ड तुमच्याकडे आहेच. शिवाय संकोच करू नका. तुमच्या ओळखीत जरी कुणाकडं असं घडलं तरी कळवा. एका सक्सेस कॉलसाठी आम्ही हजार रुपये देतो. बाकी तुमच्यावर काहीच जबाबदारी नाही. फक्त इन्फर्मेशन द्या... तीही घरच्या घरी बसून... खरंतर अशी सेवा अनेक जण देतात... थोडी फार कमाई होते आणि समाजकार्य तर मोठंच मोठं होतं...''

हसतमुखानंच तो बाहेर पडला. माहिती तर मोठी विलक्षण मिळाली होती. अजून कुणाकुणाशी तरी बोलत राहिलो. ज्यांनी या कंपनीकडून भरपाई मिळवली होती असेही एक-दोन जण भेटले. पुढं बरेच दिवस अशी माहिती घेत राहिलो. भरपाई मिळवण्यासाठी हे तथाकथित समाजसेवक, कायद्याचे शिक्षक कसे कसे फंडे वापरतात, हेही लक्षात आलं. पुन्हा समाजातल्या त्याच त्या गोष्टी नजरेसमोर येऊ लागल्या. एक म्हणजे, कोणत्याही गोष्टीच्या अंमलबजावणीत आपल्याकडे मूळ प्रशासनाऐवजी तिच्या उबदार कुशीत जन्माला आलेली एजन्सी असते. कल्याणकारी योजनांचं पाहा, शाळाप्रवेशाचं पाहा, मंदिर प्रवेशाचं पाहा, आरटीओतलं पाहा, जातपडताळणीचं पाहा, प्रत्येक ठिकाणी कोणती ना कोणती एजन्सी काम करत असते. आता एजन्सी का तयार झाल्या, हा प्रश्न

कुणी विचारू नये. मूळ प्रशासनाने आपापली कामे प्रामाणिकपणे आणि वक्तशीर केली असती तर हे एका अर्थानं समांतर शासन जन्माला आलं नसतं. पण, आता ते आलं आहे आणि लोकमान्य होत आहे. मूळ अधिकाऱ्यांऐवजी लोक दलालावर विश्वास ठेवतात. देवाऐवजी पुजाऱ्याला शरण जातात.

खेड्यापाड्यांत कुणीही अपघातात दगावलं, की हे समाजदूत सर्वांत अगोदर पोचतात. अपघाताची बातमी कधी कधी पोलिस किंवा पत्रकारांऐवजी यांनाच कळते. सर्वत्र त्यांच्या संपर्कवाहिन्या असतात. १९८४ या कादंबरीतील बिग ब्रदरसारखं यांना सर्व ठिकाणचं दिसत असतं. एक महासाखळी काम करत असते. मोटार ॲक्सिडेंट क्लेम पिटिशनचं असंच काही आहे. या कायद्यांतर्गत भरपाई मिळवण्यासाठी ठिकठिकाणी महासाखळ्या आहेत. महास्पर्धा सुरू आहे. कस्टमर पकडण्यासाठी आता डोअर व्हिजिटपर्यंत ही साखळी पोहोचली आहे. माझ्या घरी आलेला डिस्ट्रिक्ट मॅनेजर त्यांपैकी एक...

साखळ्या आता ऑफर देऊ लागल्या आहेत. कल्पना करता येणार नाहीत, अशा त्या ऑफर आहेत. कुणी मृताचा फोटो लक्झरी फ्रेममध्ये बसवून तो भिंतीला लटकवतं, कोणी अंत्यसंस्काराचा, मासिक श्राद्धाचा खर्च उचलतं... कुणी मृताला श्रद्धांजली वाहणारी होर्डिंग्ज उभी करतं, कुणी कागदपत्रं गोळा करतं, कुणी कोर्टात येण्या-जाण्यासाठी नातेवाइकांचा खर्च उचलतं, कोर्टच्या ठिकाणी भोजनाची व्यवस्था करतं... प्रसंगी कपडालत्ता देतं... चहापाण्याचा खर्च देतं... एखाद्याची कोर्टकामामुळे मजुरी बुडाली की तीही देतं... अर्थात, हा सर्व खर्च वसूल केला जाणार असतो... अगदी व्याजासह... अर्थातच भरपाई मिळाल्यावर... भरपाई संबंधितांच्या नावावर जमा होण्यापूर्वींच या साखळ्या आपल्या हिश्श्यासाठीचा चेक अगोदरच घेतात. कल्पना करा एखाद्याला शंभर रुपये मिळणार आहेत. दोन-चार वर्षं प्रकरण चाललं. मग शंभर रुपये मिळाले तर लाभार्थींच्या हातात तीस-चाळीस रुपये पडतात, बाकीची रक्कम साखळीच्या हातात पडते. तिने दोन-तीन वर्षांसाठी केलेली गुंतवणूक, व्याज, कष्ट, धावपळ वगैरे वगैरे ७० टक्क्यांत बसवलं जातं... आपली लूट झाली, पिळवणूक झाली, असं लाभार्थींना वाटत नाही. काहीही न करता, फक्त सह्या-अंगठे उठवून त्यांना ३० रुपये मिळतात. तेही खूश आणि समाजकार्याचा अनुभव घेतच कमाई झाल्याबद्दल साखळीही खूश...

अनेक ठिकाणी अंत्यसंस्कार होण्यापूर्वींच हातात कागद घेऊन साखळी नातेवाइकांच्या मागं लागते. बऱ्याच वेळेला एका नातेवाइकामागं दोन-चार साखळ्या एकाच वेळी लागतात. दुःखद मानसिकतेत असलेल्या नातेवाइकांची पंचाईत होते. साखळी जबरदस्त असते. मृताच्या नातेवाइकांप्रमाणेच अंत्यसंस्कारात काम करते.

प्रसंगी खिशात करारपत्र ठेवून शोकसभेत भाषणही करते. भरपाई मिळालीच नाही तर आपला झालेला खर्च नातेवाईकांकडून खर्च वसूल करण्याची अदृश्य व्यवस्था असते. पण, भरपाई नाही मिळाली, असं सहसा घडत नाही. साखळीचा लाभ अनेक घटकांना होत असल्याने उशिरा का होईना, पण मरणाची भरपाई मिळतेच.

आता प्रश्न एकच शिल्लक राहतो आणि तो म्हणजे, सरळ मार्गाने लवकरात लवकर भरपाई मिळण्याची अधिकृत व्यवस्था प्रामाणिक राहिली असती तर...? खरंतर असे प्रश्नही आता निरर्थक ठरले आहेत. असं घडणं शक्यच नाही. एखाद्या योजनेत आडमार्गानि साऱ्या दलालांचं भलं होणं, यालाच तर लोक धर्मनिरपेक्षता म्हणत नसतील..? साक्षर आणि समृद्ध भारतातही टिकवून ठेवलेले अज्ञान कॅश करण्याचा हा प्रयत्न आहे. साखळीतील एक कडी आपल्या घरापर्यंत पोहोचली, पण न पोहोचलेल्या किंवा भूमिगत काम करणाऱ्या किती असतील?

२ ऑक्टोबर २०१६

■ ■ ■

व्हेरिफिकेशन

असाच एक दिवस फोन येतो... कुणातरी युवतीचा आवाज असतो... 'मी रिटा बोलतेय' असं काहीतरी नाव सांगितलं जातं आणि पुढं एकानंतर एक प्रश्न सुरू होतात...

तुमचं नाव काय?

तुमच्याकडं एटीएम कार्ड आहे का?

कोणत्या बँकेचं आहे?

आठवड्यातून किती वेळा वापरता?

ऑनलाइन खरेदी करता का?

तुम्ही तुमचा पासवर्ड, पिन कुणाला देता का?

एकावर एक प्रश्न....उत्तर देता देता आपल्याला धाप लागते... सुरुवातीला कळत नाही, की आपण वेड्यासारखी उत्तरं का दिली?, पण तोपर्यंत प्रश्नांची मालिका खूप पुढं गेलेली असते. शंका म्हणून आपण एक निरपराध प्रश्न विचारून बसतो, 'आपण कोण आहात?'

मग उत्तर येतं 'व्हेरिफिकेशन डिपार्टमेंटसे बोल रहे है...।'

आपण जरा दचकतो... व्हेरिफिकेशन डिपार्टमेंट आपल्या मागं का लागलं?

मग पलीकडून उत्तर येतं... तुमचा नंबर अन्य कुणी वापरतं का, तुमच्याकडून कार्डाचा वापर किती होतो, कुणी त्याचा दुरुपयोग तर करत नाही ना...

मग आपल्या एटीएमचा नंबर विचारला जातो. काही वेळा शेवटचे चार-पाच, मग सुरुवातीचे दोन-चार... मग थोडा वेळ फोनवरच थांबण्यास सांगितलं जातं... मग तेवढ्या वेळात एक एसएमएस येतो... मग आपण त्याला ओके वगैरे असं काहीतरी उत्तर द्यायचं असतं... ते दिलं नाही किंवा त्यांना हवी असणारी माहितीही दिली नाही, तर एटीएम कार्ड

ब्लॉक करायची धमकी येते... मग आपण आणखी घाबरतो... आपल्याविषयी एवढी काळजीपूर्वक माहिती विचारली जातेय तर द्या आणि मोकळं व्हा, असा एक विचार करत आपण आज्ञाधारक विद्यार्थ्याप्रमाणे सारी माहिती देतो... साऱ्या प्रश्नांची उत्तरं देतो...

मग पुढं कधी तरी...

कुणाच्या कार्डावरून कुणीतरी ऑनलाइन खरेदी केलेली असते...

कुणाच्या खात्यावर कसले तरी पॉईंट म्हणून पाच-दहा हजार रुपये जमा झालेले असतात. अमुक अमुक ठिकाणी खरेदी करून ते विशिष्ट कालमर्यादित संपवा, असं सांगण्यात येतं...

फोन नेमकं कोण करतं, कुठून करतं या प्रश्नांवर समाधानकारक उत्तरं मिळत नाहीत.

मी एकदा विचारलं, 'माझ्या नावावर पैसे का जमा करता?'

उत्तर आलं, 'यू आर फेव्हरिट कस्टमर.'

मी : खरंच तुम्ही कुठून बोलत आहात? तुमच्यावर विश्वास कसा आणि का ठेवायचा?

उत्तर आलं, ''आम्ही व्हेरिफिकेशनचे आहोत. कस्टमरची काळजी घेतो. विश्वास ठेवावाच लागेल.''

प्रश्न : मला नकोत तुमचे फुकटचे पैसे?

उत्तर येते, 'फुकटचे नव्हेत, तर तुम्ही फेव्हरिस्ट क्लबमध्ये आलात.'

प्रश्न : मला कुठं ठाऊकाय क्लब? मी कुठं अर्ज केला होता?

उत्तर आलं, 'गरज नाहीय त्याची.'

प्रश्न : मला बोलायचं नाही...

उत्तर : तुमच्यासाठी चांगला वेळ कोणता आहे. मी पुन्हा फोन करेन.

फोन बंद केल्यानंतर खूप समाधान वाटलं. देवा, सुटलो सापळ्यातून, असा दीर्घ श्वास सोडत आणि पुन्हा अशी भानगड नको म्हणून व्हेरिफिकेशनचा हा नंबर आपण रिजेक्ट लिस्टमध्ये किंवा ब्लॉकलिस्टमध्ये टाकतो. एक लढाई जिंकल्याच्या आविर्भावात आपण असतो.

आणि काही दिवसांनी दुसऱ्या नंबरवरून अशीच माहिती विचारणारा फोन येतो. प्रश्न वेगळे असतात. 'मिस्टर कांबळे, तुमच्या एटीएमच्या कार्डाचा दुरुपयोग कोणी केला का? आमच्याकडे काही सिक्युरिटी प्लॅन आहेत. वापरा आणि खात्री पटल्यावर ऑनलाइन पैसे भरा... बाय-द-वे तुमच्या एटीएम कार्डचा नंबर काय?'

पुन्हा डोकेदुखी... हे सारे व्हेरिफिकेशनचे सापळे आपलाच नंबर घ्यायला कशासाठी निघाले आहेत? कळत नव्हतं... खात्यावर फक्त तीन-चार आकडी रक्कम असताना हे माझ्याच मागं का धावताहेत... गंमत म्हणजे हा मजकूर लिहीत असतानाच एक फोन आला. 'हमारी बँकने आप के लिए नया क्रेडिट कार्ड बनाया है...'

मी नको म्हणतं फोन बंद केला... एव्हाना रिजेक्टमध्ये टाकावयाच्या नंबरांची यादीही वाढलेली असते...

एकदा तर असा फोन आला, की आज दिवसभरात तुम्ही एटीएम कार्ड वापरू नका. उद्या आमच्याकडून एसएमएस आल्यावर वापरा, अन्यथा कार्ड ब्लॉक केलं जाईल.

उगीच कार्ड घेतलं की काय, असं वाटायला लागलं. अनेक मित्रांना फोन केला. बहुतेकांकडे असा अनुभव होता. तेही वैतागले होते.

थोडं धाडस केलं आणि बँकेत गेलो. तुमचे लोक विनाकारण त्रास देत आहेत, अशी तक्रार केली. यावर उत्तर आलं, 'आम्ही कधीही आमच्या कस्टमरला फोन करत नाही. जर कुणाचे असे फोन आले तर एटीएम कार्डचा नंबर सांगूच नका. आवश्यकता नाही असं बोला... असे नंबर लक्षात ठेवा....रिस्पॉन्स देऊ नका...'

बँकेतून घरी जात होतो. वाटेत एका चौकात कोणत्या तरी गणेश मंडळानं भलंमोठं होर्डिंग उभं केलं होतं. बाप्पा गेला तरी होर्डिंग कायम होतं. कदाचित नवरात्र करून ते जाणार असावं... सहजच त्याच्यावर नजर टाकली तर बँकांच्यावतीनं एक आवाहन करण्यात आलं होतं, अनोळखी माणसानं फोन केल्यास एटीएमचा नंबर देऊ नका... व्हेरिफिकेशनचं कारण सांगितलं तरी नंबर देऊ नका... हे सगळे फोन चकवा देणारे असतात... अडचणीत टाकणारे असतात...

होर्डिंग वाचून बरं वाटलं, पण या वाचनसंस्कृतीमुळे फोन काही बंद होणार नव्हते. पुढं अजून काहीतरी कळत गेलं. आधुनिक काळात ही प्लॅस्टिकची कार्ड इतकी महाशक्तिमान बनली आहेत, की ती कशी हाणायची यासाठी शेकडो-हजारो टोळ्या जन्माला आल्या आहेत. काहीही करून तुमचा कार्ड नंबर आणि पासवर्ड त्यांना हवा असतो. माणसांनी तंत्रज्ञानाच्या मदतीनं तयार केलेला उपयुक्त असा हा पासवर्ड जणू काही जोखीम बनतो की काय, असं वाटायला लागलंय. नाशिकच्या अरुण काळेंनी एक कविता लिहिली आहे. उद्याचे उत्तर आधुनिकतेमधील भिकारी मंदिरासमोर भीक मागण्याच्या रांगेत उभे राहतील. त्यांच्या हातात थाळी नसेल. खांद्यावर झोळी नसेल, पण ओठावर एक वाक्य असेल, 'एक पासवर्ड दे दाता... भगवान के नाम पे दे दाता... अल्लाह के नाम पे दे दाता... किसी के भी नाम पे दे दाता...'

कधी कधी या नव्या खेळाचं, डावपेचाचं, सापळ्यांचं हसू येतं आणि वाईटही वाटतं... या खेळाचा प्रारंभ सर्वांनी पाहिला आहे, पण शेवट कुणाला ठाऊक नाहीय... जेव्हा जगात अत्याधुनिक तंत्रज्ञानाच्या निमित्तानं संगणकाचं सादरीकरण झालं तेव्हा किती सुंदर आश्वासनं दिली जात होती. 'कर लो दुनिया मुठ्ठी में'पासून 'राइड ऑन स्क्रीन', 'स्काय टॉक'पर्यंत... अर्थात, यात खोटं काही नव्हतं... प्रश्न एकच होता आणि तो म्हणजे तंत्रज्ञानाबरोबरच व्यापक प्रमाणात त्याची संस्कृतीही म्हणजे साक्षरताही आणायला हवी होती. पण तसं प्रत्येक वेळा घडेलच असं नाही. ग्राहक म्हणून, उपभोक्ता म्हणून आपण बऱ्याच वेळेला गाफील राहतो... कसल्या तरी मोहाचे बळी पडतो... अनेकदा फोनवरच्या गोड आवाजाचेही बळी पडतो... डोक्याला हात लावून बसतो... दुःख वाटून घ्यायला काही तंत्रज्ञान येत नाही... ते तर दुसऱ्या कुणाच्या तरी कार्डाचा नंबर विचारत राहतं, बघता बघता पासवर्ड पळवतं आणि मोठ्या गोड आवाजात सागतं 'हम व्हेरिफिकेशनवाले है...' तुमच्या नावावर एवढ्या रुपयांचे पॉइंट जमा झाले आहेत... जा...जा...पळा, खरेदी करा...

तंत्रज्ञान नुसतंच स्वीकारून चालत नाही, तर ते योग्य वापरण्याचा, चालवण्याचा पासवर्डही तयार करावा लागतो... आणि हो, हा पासवर्ड आपल्यालाच तयार करावा लागतो... खबरदारीचा... सुरक्षिततेचा हा पासवर्ड असतो... फेव्हिकॉल लावलेल्या कुठल्या चिठ्ठीत तो नसतो...

९ ऑक्टोबर २०१६
■ ■ ■

गुरुवारचा खाऊ

राहुरीतील कला, वाणिज्य आणि विज्ञान महाविद्यालयाच्या आवारात पाच ऑक्टोबर २०१६ च्या सकाळी सकाळीच प्रवेश केला आणि एक सुंदर दृश्य समोर उभं राहिलं... 'कमवा आणि शिका' योजनेतील काही विद्यार्थी रस्त्यावर स्वच्छता करत होते. काही कचरा गोळा करत होते, तर काही जण झाडांची निगा राखण्यात गुंग होते. ज्ञानाचा मार्ग श्रमातून जातो आणि जगात सर्वांत सुंदर सुगंध श्रमातून बाहेर पडलेल्या घामाला असतो, हे माझ्या कॉलेजच्या जीवनात प्राचार्य पी. बी. पाटील यांनी सांगलीच्या शांतिनिकेतन महाविद्यालयात सांगितलेलं वाक्य मला आठवायला लागलं. स्वतः प्राचार्य पी. बी. पाटील हे कर्मवीर भाऊराव पाटील यांनी आखून दिलेल्या श्रमपथावरून चालत होते. महाराष्ट्रात रोजगार हमी योजना सर्वप्रथम लागू झाली होती ती याच कॉलेजला. या योजनेचे जनक वि. स. पागे आणि वसंतदादा पाटील यांनी त्यासाठी पुढाकार घेतला होता. 'कमवा आणि शिका' योजनेनं महाराष्ट्रातल्या कोट्यवधी विद्यार्थ्यांचं आयुष्य घडवलं आहे. त्यांना चिकटलेल्या दारिद्र्याच्या जखमाही सुगंधित केल्या आहेत. राहुरी कॉलेजच्या अतिशय सुंदर अशा आवारात पुन्हा एकदा हे दृश्य दिसलं. कॉलेजचं आवार जे हिरवं वस्त्र परिधान करून राहिलेलं दिसतं, तेही विद्यार्थ्यांच्या घामातून उगवलं आहे. घाम गाळून आणि विद्या घेऊन विद्यार्थी बाहेर गेले असले तरी आवारात झुलणाऱ्या वेली आणि झाडांच्या रूपात फांद्या-फांद्यांवर हे श्रम चिकटलेले दिसतात.

सकाळी १० वाजता कार्यक्रम होता आणि तो करून सोलापूर जिल्ह्यातल्या माळशिरसला पोहोचायचं होतं. हल्ली कोणताही कार्यक्रम वेळेत न सुरू करणं, ही एक संस्कृतीच बनलीय. अर्धा तास उशिरानं कार्यक्रम सुरू झाला. दरम्यानच्या काळात प्राचार्य संभाजी पठारे यांच्याशी गप्पा मारता आल्या. बरीच वर्षं ते सावित्रीबाई फुले पुणे विद्यापीठात 'कमवा आणि शिका' प्रकल्पात संचालक होते.

प्रवेशद्वारावर दिसलेल्या श्रमवीरांचा विषय मी त्यांच्याकडं काढला. झालं, मग प्राचार्य पठारे यांनी या प्रकल्पातून तयार झालेल्या यशोगाथांची एक साखळीच तयार केली. मन, मेंदू, मनगट आणि घामाचा वापर करून या योजनेतून एक मुलगी बँक अधिकारी

झाली. 'कमवा आणि शिका' योजनेत घाम गाळल्यानंतर मिळालेल्या पैशाचीही थोडीफार बचत करून तिनं आपल्या आईला छोटासा का असेना, पण पहिला दागिना घेतला होता. कोणी लष्करात, कुणी प्रशासनात, कुणी शिक्षण क्षेत्रात भरती झालं होतं. प्राचार्यांनी केलेल्या अभ्यासानुसार कॉलेजमध्ये जे गुणवत्ताधारक बनतात ते बहुतेक जण 'कमवा व शिका' योजनेतील कष्टकरी विद्यार्थीच असतात. अर्थात, इतर सगळे वाया जातात असं नव्हे, पण कष्टाच्या गळ्यात तोरण बांधायला यश नेहमीच आतुर झालेलं असतं. नव्या व्यवस्थेतले पालक आपल्या मुलांना कष्टापासून दूर ठेवण्यात धन्यता मानतात. मात्र, इथं वेगळंच घडतं.

परिस्थितीच अनेक विद्यार्थ्यांना श्रमाच्या जगात आणून सोडते. परिस्थिती वेगवेगळ्या प्रकारची दिसते. तिने कुणाचे आई-वडील हिरावून त्यांना अनाथ केलं आहे. कुणाची शेती सतत दगा देते आणि हातातोंडाची भेटगाठ होत नाही. वेगवेगळ्या कारणांनी मुलं कमवा व शिका योजनेत येत असली तरी शिक्षण घेणं आणि व्यवस्थेला ठोकर मारून ती बदलणं हे एक समान ध्येय त्यांच्यात असतं.

विद्यापीठाचा आदेश आहे म्हणूनच राहुरीच्या कॉलेजमध्ये ही योजना चालत नाही, तर प्राचार्य पठारे आणि त्यांच्या सहकारी प्राध्यापकांनी या योजनेत जीव ओतला आहे. राहुरीला गुरुवारी बाजार भरतो. बाजाराच्या दिवशी पालक आपल्या मुलांना खाऊ खरेदी करून जात असतात. पण, इथं कॉलेजमध्ये घाम गाळणाऱ्या विद्यार्थ्यांना खाऊ कोण देईल, असा विचार पुढं आला. ७० मुले होती आणि त्यातही १६ निराधार. ५० टक्क्यांपेक्षा अधिक मुली. एका वर्षात ५० वेळा तरी गुरुवार येणार. एवढ्या वेळा खाऊ कोण देणार आणि त्यात सातत्य कसं राखणार? महाविद्यालयातील सर्व प्राध्यापक उत्स्फूर्तपणे पुढं आले. प्रत्येकानं एक-एक गुरुवार घेतला. प्रत्येक प्राध्यापकाला वर्षातून एकदाच खाऊ द्यावा लागणार होता. ही कल्पना आनंदानं स्वीकारण्यात आली. मग सुरू झाला गुरुवारचा खाऊ. राबणारी पोरं एकत्र येतात आणि आई-वडिलांच्या भूमिकेत गेलेल्या प्राध्यापकांनी आणलेला खाऊ आनंदानं खातात. कधी हा खाऊ प्राध्यापक घरातून, तर कधी दुकानातून आणतात. खेड्यातल्या पोरांना बरेच खाऊ अपरिचित असतात. इथे अपरिचित असलेले खाऊ देण्यास सुरुवात झाली. या आठवड्यात कोणता खाऊ हवाय, असं राबणाऱ्या पोरांना विचारलं जातं. लोकशाहीचा वापर करून पोरं फर्माईश करतात. हवा तो खाऊ हवा तेवढा मिळतो. शिक्षक, पोरं व प्राचार्य सगळे एकत्र बसून गुरुवारच्या खाऊचा आस्वाद घेतात. दारिद्र्यानं किंवा अनाथपणानं आपल्याला वेगळं पाडलंय, ही भावना संपून जाते.

खाऊनंतर वाढदिवसाचा विचार पुढं आला. राबणाऱ्या पोरांचा वाढदिवस साजरा करण्यासाठी प्राचार्य आणि त्यांची टीम पुढे आली. केक, मेणबत्त्या आल्या आणि विद्यार्थ्यांचा वाढदिवसही सुरू झाला. पोरं जाम खूश होतात. या आनंदातून एक नैतिक दबावही तयार

होतो आणि तो असतो नीट अभ्यास करण्याचा. पुढं या कल्पना वाढत गेल्या. पोरांना बोलता आलं पाहिजे, यासाठी प्रयत्न सुरू झाले. त्यासाठीचं प्रशिक्षण सुरू झालं. पोरं स्पर्धेत चमकू लागली. बक्षीसं मिळवू लागली. बक्षिसामुळेही आर्थिक परिस्थिती सुधारायला मदत झाली, असं सांगणारे अनेक जण आहेत. राबणाऱ्या पोरांच्या अभ्यासावर विशेष लक्ष देता येतं. मुळात पोरं कॉलेजमध्ये आली आहेत ती 'कमवा व शिका'मध्ये भाग घेण्यासाठी नव्हे, तर शिकण्यासाठी, ही गोष्ट साऱ्यांनीच लक्षात ठेवली आहे. रोज तीन तास काम केलं, की नव्वद रुपये मिळतात. शैक्षणिक खर्च भागायला आणि मुख्य रस्त्यावर चालायलाही मदत होते.

महाविद्यालयाचं आवार म्हणजे कठीण खडकाचं खोलवर दणकट पांघरूण आहे. खडकाची टणक छाती फोडून झाडं लावण्यात आली आहेत. नर्सरी सुरू करण्यात आली आहे. एका गरीब माजी विद्यार्थ्यांनं झाडासाठी आपल्या शेतातली माती देऊ केलीय. प्राचार्यांनी 'फेसबुक'वरून मदतीसाठी आवाहन केलं आणि खडकाच्या काळजात रोपं रुजविण्यासाठी मदतीचा धो-धो पाऊस पडला. विद्यार्थ्यांचे श्रम, यंत्राची मदत आणि आधुनिकता याच्या जोरावर टक्कल मिरवणाऱ्या खडकावर आता हिरवाई डुलताना दिसते. दर महिन्याला शिर्डीला जाणाऱ्या एका अनामिक भाविकानंही लाखाची मदत याच कारणासाठी केली आहे. अनेकांच्या श्रमातून, घामातून एक सुंदर यशोगाथा आकार घेताना दिसत आहे. विशेष म्हणजे, अनाथ असणाऱ्या १६ विद्यार्थ्यांत आपलं अनाथपण संपल्याची भावना तयार झाली आहे. मला वाटतं ही सगळ्यात मोठी यशोगाथा आहे.

श्रमाच्या हातात हात घालून जगणारी पोरं अन्य पोरांप्रमाणं लवकर डिप्रेशनमध्ये जात नाहीत. ती अधिक प्रयत्नवादी बनतात. कोणताही दुष्काळ किंवा वांझोटा ठरणारा ऋतूही पचवण्याची ताकद आत्मसात करण्याचा प्रयत्न करतात. गरज असते ती लढ म्हणणाऱ्यांची. दुःखात तू एकटाच नाहीस, असा आत्मविश्वास देण्याची. तसं झालं की टिकाव, फावडं उचलून आणि घामाचा रंग घेऊन पोरं आयुष्य घडवण्यासाठी उभी राहतात. नवा माणूस किंवा नवा समाज घडविण्यासाठी उभी राहतात. बहुतेक महाविद्यालयांमध्ये श्रमाची ही पाठशाळा आता सक्तीची करण्यात आली आहे. विद्यापीठ ९० टक्के, तर महाविद्यालय १० टक्के खर्च करते. अनेक श्रमवीरांनी यशोगाथा घडविल्या आहेत. पुणे विद्यापीठात सकाळी सहा वाजता फिरायला बाहेर पडा. पावलापावलावर हत्यारे घेऊन एक नव्हे, तर तीन-तीनशे विद्यार्थी उभे राहतात. सकाळी सकाळी पक्ष्यांचे गुंजन जसं ऐकायला येतं तसं श्रमाचा जागरही ऐकायला मिळतो. पुणे विद्यापीठाशी संलग्न महाविद्यालयांतील श्रमवीरांची संख्या मोजली, की ती जाते आठ-नऊ हजारांच्या घरात. प्रत्येक ठिकाणी कोणत्या ना कोणत्या स्वरूपात सर्जनशीलतेचा जन्म होताना हमखास दिसतो.

१६ ऑक्टोबर २०१६

■ ■ ■

काळजात धावतोय ससा...

(१)

सिटी बसस्टॉपवर नेहमीप्रमाणे सकाळी दिसणारी गर्दी नव्हती. वाटलं की बस लवकर मिळणार. आम्ही दोघं बराच वेळ स्टॉपवर थांबलो. बस काही येत नव्हती. प्रवासीही येत नव्हते. विशेष म्हणजे, दमछाक होईपर्यंत बसला आपला पाठलाग करायला लावणाऱ्या रिक्षाही दिसत नव्हत्या. लवकरच लक्षात आलं, की दोन दिवसांपासून नाशिक तापलंय. दगडफेक आणि हाणामाऱ्या झाल्या आहेत. आदल्या संध्याकाळीच काही बसची जाळपोळ झालेली... सबब बससेवा बंद होती. बायकोला नोकरीला तर जावंच लागणार होतं. दुचाकीवरून तिला दुसऱ्या एक रिक्षा स्टॉपवर नेलं. खरंतर तिच्या कार्यालयापर्यंत तिला न्यायचं होतं, पण स्कूटीच्या पेट्रोलनं तळ गाठला होता. पेट्रोलपंपही बंद होते. स्टॉपवर एक रिक्षावाला तोंडात कोंबलेला गुटख्याचा तोबरा थुंकत थुंकत ओरडत होता, 'चला, नाशिक रोड, नाशिक रोडऽऽ...'

रिक्षा पाहून बरं वाटलं. त्याला विचारलं किती घेणार?

तो म्हणाला, '६० रुपये.'

आम्ही : पंधराचे एकदम ६० कसे झाले?

तो : वाढले नाहीत कमी झाले. काल रात्री याच मार्गावर दीडशे रुपये रेट होता दरमाणशी.

आम्ही : हे खूपच झालं.

तो : खूप नाही कारण शहर तापलंय. रिस्क घेऊन जावं लागतं. कुणी दगड मारला ना, तर लाखाचे बारा हजार व्हायला वेळ नाही लागणार.

जाताना ६०, तर येताना किती, याचा हिशेब जुळवत बायको रिक्षात बसली. 'काय करणार साहेब, मोठी रिस्क आहे', असं पुटपुटतच रिक्षावाला निघाला.

(२)

जवळच असलेल्या मित्राच्या कापड दुकानाजवळ गेलो. रोज दहा वाजता उघडणारं दुकान अकरा वाजून गेले तरी बंदच होतं. मित्राला फोन केला. तो म्हणाला, ''शहरात टेन्शन आहे. दुकान उघडण्याची रिस्क कशी घेणार? नुकतंच महापुराचं पाणी दुकानात घुसलेलं होतं. त्यातून कसं तरी सावरतोय. त्यात हे टेन्शन. बऱ्याच लोकांनी दुकानं बंद केली आहेत. आम्हीपण बंद केलंय. नस्ती रिस्क कशाला घ्यायची?''

मित्रानं पुढं उशिरा दुकान उघडलं खरं, पण टेन्शन घेऊनच. तापलेलं शहर आणि विस्कटलेले लोक दुकानांवर का हल्ला करतात, हे वर्षानुवर्षं एक कोडं बनून राहिलंय.

(३)

घराजवळच चहाच्या टपरीवर आलो. रोज सायंकाळी सहापर्यंत टपरी चालवणारा आता आवराआवर करण्याच्या बेतात होता. टपरीवाला घाबरला होता. कुणीही येतील आणि टपरी फोडून देतील, अशी एक सुप्त भीती त्याच्या मनात दिसत होती. आवराआवरीत ती व्यक्त होत होती. त्याचं घर सातपूरमध्ये. तिथं दगडफेक झाल्याचं एव्हाना त्याला कळलं होतं. या ठिकाणी काय होणार कळत नव्हतं. तीन-तीन, चार-चार सीटर बाइक धावायला लागल्या, की याच्या पोटात गोळा उठायचा. नेहमीप्रमाणे विकत घेतलेल्या दुधाच्या पिशव्या वाया जाणार होत्या. पावाची मोठी लादी वाया जाणार होती. रोज शे-पाचशेची मिळकत करणाऱ्या टपरीवाल्याला आज तेवढाच तोटा होणार होता. पिशव्या भरतच तो म्हणाला, ''रिस्क नको घ्यायला. बंद करतोय टपरी. आता घरी जायला बसही नाही. रिक्षावाले दोनशेचा भाव करायला लागले आहेत.''

(४)

टपरीजवळ उभं असतानाच कुणीतरी बातमी आणली, की शेजारचा पेट्रोलपंप सुरू झालाय. चटकन वळलो. रांगेत थांबलो. पेट्रोलपंपाशेजारी झेंडूची फुलं विकायला बसलेली एक खेडूत महिलाही फुटपाथवर पसरलेलं आपलं दुकान आवरू लागली. रात्रभर शेतात जागं राहून तिनं फुलं तोडली होती. पिवळ्या फुलांमुळे आयुष्यही थोडं पिवळं होईल म्हणून ती आली असावी. फुलांचा भाव तिनं एकदम खाली आणला होता. एक-दोन ग्राहकांना फुलं विकत विकतच ती घाई करून आवराआवर करू लागली. फुलांचा दर काय, या ग्राहकांच्या प्रश्नावर ती अतिशय खेदानं म्हणत होती, ''काय द्यायचं ते द्या साहेब, आता दुकान नाही चालवायचं. कशाला जोखीम घ्यायची. गावाकडं जायला बसही नाही आणि रिक्षा काही परवडत नाही. जायचं ढोंगा टाकत... फुलं द्यायची फेकून... काळीज धडधडतंय बघा... लोकं का दंगा करत्यात आणि माझ्या झेंडूच्या फुलांचा गुन्हा काय?...''

पेट्रोलपंपवाला भरभर पेट्रोल भरत असतानाच त्याचा मोबाईल वाजला. 'हो साहेब, हो साहेब' म्हणत तो गर्दीकडे वळत म्हणाला, ''पंप बंद करायला सांगितलाय मालकानं. लायनीत आहेत तेवढ्यांना पेट्रोल देऊन पंप बंद करणार आहे. चला, लवकर सुटे पैसे काढा... पेट्रोलटाकीचं झाकण काढा... नाशिक रोडला दगडफेक झालीय... कुठंही दगड पडू शकतो. रिस्क नाही घ्यायची.''

(५)

पेट्रोल मिळाल्यामुळे आनंद व्यक्त करत घरी निघालो. रस्त्यावर शाळेच्या गेटसमोर प्रचंड गर्दी होती. पालक, विद्यार्थी आणि वाहनचालकही होते. गेटवरचा वॉचमन मोठमोठ्यानं सांगत होता, शाळा बंद आहे. मुलं घरी घेऊन जा.

पालक : शाळा बंद होणार हे अगोदर का नाही सांगितलं? आता नोकरीला जायचं की पोरं घेऊन घरी?

वॉचमन : मॅडम ऐका... खूप टेन्शन आहे. शाळा बंद होणार आहे.

पालक : इथं कुठाय टेन्शन? आणि अचानक निर्णय कसा घेता? सगळं शेड्युल कोसळेल आता. सुटी नको. पोरं शाळेत घ्या.

वाद चालू असतानाच मुख्याध्यापकही गेटवर आले. काही पालक मुलं घरी नेऊ लागले. काही जण तसाच वाद घालत गेटवर थांबले. शाळा सुरू ठेवा. टेन्शनचं कारण सांगून पंधरा दिवसांत चार वेळा शाळा बंद झाली. असं काय करताय? पालक व्याकूळ होऊन बोलत होते...

शाळा बंद करावी की नको यावर पालकांतही दोन गट पडले. तिसरा गट मुकाटपणे पोरं घरी नेत होता. शेवटी निर्णय झाला. ज्यांना पोरं घरी न्यायची आहेत त्यांनी न्यावीत आणि ज्यांना क्लासमध्ये ठेवायची, त्यांनी स्वतःच रिस्क घेऊन ठेवावीत. स्वतःच रिस्क घ्यावी.

(६)

थोड्याच वेळात माझा एक ड्रायव्हर येणार होता. बराच वेळ त्याची वाट पाहून त्याला फोन केला. तो सिन्नरच्या पलीकडं दूरवर कुठल्या तरी गावात होता. रात्रीपासून पोलिसांनी इथं वाहतूक रोखून धरलीय. शहरात टेन्शन आहे, असं त्यांचं म्हणणं आहे. रिस्क नको म्हणून गाडी रस्त्याशेजारी लावून गाडीतच झोपलो. आता निघालोय. येऊ की नको? काही रिस्क तर नाही ना... धोका तर नाही ना... येऊ का सर...?

त्याला काय सांगावं काही कळत नव्हतं. रिस्क घ्यायची की नाही या प्रश्नात एक मध्यमवर्गीय मन अडकलं. ड्रायव्हरकडं त्याची स्वतःची गाडी होती. स्वाभाविकच त्याचं टेन्शन वाढलं होतं. टेन्शन नसलेला रस्ता कोणता सांगायचा या कोड्यात अडकलो.

बहुतेक ठिकाणी टेन्शन व्हायरल झालं होतं. माणसाच्या आत आणि बाहेर... कुठून आली असंल ही साथ...

(७)

थोड्याच वेळात बायकोचा फोन आला. तिच्या ऑफिसनं सुटी जाहीर केली होती. घरी येण्यासाठी एका रिक्षात बसण्याची संधी तिला मिळाली होती. मी म्हणालो, 'घ्यायला येतो.' ती म्हणाली, 'नको रिक्षात बसलेय. रिक्षा सुरू झालीय. दोनशे रुपये घेतलेत आणि सहा जणांना कोंबलंय. रिक्षावाला एकसारखा बडबडतोय, खूप मोठी रिस्क घेऊन तुम्हाला नेतोय. भाड्यावरून कटकट करू नका. कुणी दगड मारला तर काय होईल?''

दगड त्याच्या रिक्षालाच लागेल प्रवाशांना नाही, असं काही तरी त्यानं गृहीत धरलेलं असावं....

(८)

पंधरा लाख लोकसंख्येच्या शहराच्या ओठावरच रिस्क, टेन्शन, डेंजर असे शब्द चिकटले किंवा चिकटवले गेले. कोण करत होतं?... का करत होतं?... किती वेळ करणार होतं आदी प्रश्नही दंगलीत कुठं तरी लपून बसलेले... त्याचं काळीजही धडधडत असावं... नाशिकच्या आसपास धडधडणाऱ्या काळजाचा एक समूहच जणू तयार झालेला असावा... काळजाच्या ओठावरही धडधडणारेच प्रश्न होते... काय भाऊ, खरंच कुठून दगड येईल का? वाहनांची शेपूट आणि तोंड पेटवलं का?... रिस्क नको म्हणून उत्तरंही लपून बसलेली... जणूकाही अख्खी जिंदगीच एक रिस्क झाल्यासारखी... उद्याचा सूर्य आणखी कोणती रिस्क आणेल, याचाच विचार करत शहर झोपी जात होतं... सशाचं काळीज घेऊन... त्यातच पुण्याहून एक फोन आला. नाशिकला यायला निघालोय... रिस्क घेऊ की नको?... मी क्षणभर शांत राहिलो... उत्तरच एक रिस्क वाटत होतं... प्रत्येकाच्या काळजात एक ससा शिरलाय असं वाटायला लागलं... अंगावर काही पडलं तरी तो आभाळ पडलंय पळा पहा असं म्हणायला लागतो... आता तर काडी ऐवजी डोंगरच कोसळत होता... विकासाची, ज्ञानाची, आधुनिकतेची केंद्रे बनलेल्या या शहरांमध्ये सशांची पैदास कशी सुरू झाली... कुणी केली ती आदी प्रश्नांचा विचार करायला वेळ कुठाय सशाकडं... ससा त्याना त्यासाठी स्थिर होऊ देईल काय?

२३ ऑक्टोबर २०१६

■ ■ ■

वेदना बनलेलं सौंदर्य

ज्येष्ठ समाजवादी नेते भाई वैद्य आणि मी एका सार्वजनिक कार्यक्रमात सहभागी झालो होतो. भाईंबरोबर समारंभ करणं खूप आनंददायी असतं. एकतर ते खूप सुंदर बोलतात. याही वयात त्यांच्या बोलण्यात विसंगती असत नाही. चुकीचा मुद्दा येत नाही. घड्याळ कधी त्यांच्या विस्मरणात जात नाही. विशेष म्हणजे, आपलंही प्रशिक्षण होतं. ...तर ते भाषण करायला उभे राहिले. फोटोग्राफर त्यांचे फोटो काढू लागले. आता अलीकडे कॅमेरे गायब झाले आहेत. त्यांची जागा मोबाईलमधील कॅमेऱ्यांनी घेतली आहे. छोट्या जागेत हे मोठे पराक्रमी कॅमेरे असतात. अनेक जण फोटो घेत होते. त्यात एक छोटी मुलगीही होती. वेगवेगळ्या अँगलमधून ती भाईंना टिपण्याचा प्रयत्न करत होती. बाकीचे फोटोग्राफर थकले, पण ही थकत नव्हती. फोटो घ्यायची. कोपऱ्यात थांबायची. पुन्हा भाईंचा फोटो काढण्यासाठी यायची. तिच्या हालचालींत आत्मविश्वास होता. चेहऱ्यावर निर्भयता दिसत होती. विशेष म्हणजे, गालातल्या गालात ती सुंदर हसायची. मोबाईल उभा-आडवा करायची. स्क्रीनवर बोट ठेवून फोटो घ्यायची. मोबाईलमधून प्रखर फ्लॅश उडायचा. आता एकटी तीच स्टेजसमोर होती. आपल्यामुळे श्रोत्यांना कसलाही अडथळा होणार नाही, याचीही काळजी घेत होती. काही जण उत्सुकतेनं तिच्याकडं बघत होते. काही जण मनातल्या मनात तिचं कौतुकही करत असावेत. अतिशय छोट्या खेड्यात असं दृश्य सहसा दिसत नाही. भाई भाषण करून बसले. माझा नंबर आला. मग ती माझे फोटो टिपण्यासाठी हालचाली करू लागली. तासभर मी बोलत होतो. एवढ्या काळात ती अनेकदा बेडरपणे समोर उभी राहिली.

भाषण संपलं. कार्यक्रमही संपला. ती पुन्हा समोर आली. आता तिच्याबरोबर तिचे दोन-तीन नातेवाईक होते. तिनं त्यांचा परिचय करून दिला. ते तिचे वडील, काका व आई होती. या सर्वांबरोबर सेल्फी घ्यायचा होता. मध्येच थांबत तिनं आदेश दिला. ''सर, या इथं पाहा... चांगला सेल्फी येईल.'' मी आज्ञापालन केलं. मग तिनं स्वतःबरोबर सेल्फी

घेतला. तिचे वडील समोर येत म्हणाले, ''सर, ही माझी एकुलती मुलगी आहे. तिला आशीर्वाद द्या.''

मी आशीर्वाद दिला. तिचे वडील नम्रपणे म्हणाले, ''सर, समोर टपरीवर चहा घेऊ या का? नाहीतर तुम्ही आम्हाला कुठं भेटणार...''

एकीकडे संयोजक मला गर्दीबाहेर काढण्याचा प्रयत्न करत होते, तर हा अनामिक माणूस चहाचा आग्रह धरत होता. मी संयोजकांना विनंती केली आणि चहासाठी त्याच्या लवाजम्यासह निघालो. हॉटेल बंद होण्याच्या बेतात होतं. यांं मालकाला विनंती केली. चहाची ऑर्डर दिली. दरम्यान, ही मुलगी हॉटेलमध्ये न येताच समोरच्या लिंबाखाली थांबली. पुन्हा मोबाईलबरोबर खेळू लागली.

काहीतरी बोलायचं म्हणून मी म्हणालो, ''तुझी मुलगी खूप निर्भय आहे. सुंदर आहे. निष्पाप दिसतेय. चपळ आहे.''

माझं ऐकतच त्यांं एक दीर्घ श्वास घेतला. आता तो काय सांगणार हे त्याच्या भावानं आणि बायकोनं ओळखलं असावं. त्यांचे चेहरे एकाएकी गंभीर झाले.

हा म्हणाला, ''तुम्ही म्हणताय ते बरोबर आहे, पण यामुळेच एक खूप गंभीर प्रश्न निर्माण झाला आहे. आता ती इथं नाही आपल्याबरोबर म्हणून सारं काही विस्कटून सांगतो. आता बघा आम्ही गुन्हेगारी जमातीमधले. हातावर पोट आहे आमचं. काय काय तरी करत राहतो. जगत राहतो. आम्हाला एकच मुलगी झाली. ती ही. इतकी सुंदर मुलगी आमच्या जमातीत अपवादानंच असते... आपल्यापोटी एक सुंदर परीच जन्माला आल्याचा आम्हाला खूप आनंद... माझी बायको रोज हिची दोन वेळा नजर उतरवायची... दृष्ट काढायची... पोरगी मोठी व्हायला लागली आणि टेन्शन वाढायला लागलं. एकतर आमच्या जातीत आठवी-नववीपर्यंत पोहोचलेली बहुधा ही पहिलीच पोरगी असावी. एवढी देखणी पोरगी आमच्या जमातीत पूर्वी कधी जन्माला आल्याचं मला आठवत नाही आणि याचमुळे खरंतर टेन्शन वाढत चाललं...''

हा सारखं सारखं टेन्शन का म्हणतोय, याविषयी मी त्याला थेट विचारलंच.

पुन्हा गंभीर होत तो म्हणाला, ''अहो, तर आता कसं सांगणार...? सातवीपर्यंत हिला बसनं पाठवायचो... बसमध्ये आणि बाहेरही अनेक नजरा हिला डसू लागल्या. काय काय टॉर्चिंग करतात पोरं... मोठ्या वर्गातली पोरं पिक्चरला, फिरायला येतेय का, असं बेधडक विचारतात... गुन्हेगार जातीतली पोरगी... कोण मोठ्यांच्या पोरांना विचारणार? अनेकदा आमचे लोक यांच्या दारावर भीक मागायला जातात... एकदा-दोनदा तर काही उद्धट पोरांनी हिचा हात ओढला. गाल ओढला. दप्तरात चिठ्ठ्या टाकल्या. कसले कसले निरोप धाडले. शाळेत जाऊन हिनं सांगितलं. लक्ष द्या, अशी विनंती मी केली. शाळेतले

लोक म्हणाले, 'अरे, भिकाऱ्याच्या पोरीची छेड कोण कशाला काढेल?' मग आम्ही बस बंद केली. हिला शाळेत सोडायला आणि घ्यायला आमच्यापैकी कुणी तरी जातं... काय करणार...? घरातले लोक शाळा बंद कर म्हणतात... पण तसं करून कसं चालेल? रात्रंदिवस हिचीच काळजी आणि त्याचं कारण, ही सुंदर आहे... आता तुम्ही सांगा देवानंच तिला सुंदर करून धाडलंय. आम्ही काही गुन्हा केला की काय? सुंदर असण्यात हिचा काय दोष?... काय करावं कळत नाही... काही जण म्हणतात, खूप झालं शिक्षण. आता लग्नाला उभं करा हिला... काहीच सुचत नाही. एकच प्रश्न घेरतोय... सुंदर होणं गुन्हा आहे काय..? त्यात ही इतकी निरागस वागते, की कुणी काहीही गैरसमज करून घेऊ शकतं... त्यातही शाळेच्या बाहेर थांबणारी गुंड पोरं तर काय विचारायला नको... भलतेसलते विचार मनात येतात... काय करावं...?'

याचं बोलणं चालू असतानाच चहा आला. याच्या बोलण्याला त्याचे नातेवाईक मान हलवून, भुवया हलवून प्रतिसाद देत होते. काहीही करून मुलीचं शिक्षण बंद करू नये. दहावीनंतर तिला चांगल्या वसतिगृहात किंवा आणखी कुठं चांगल्या ठिकाणी ठेव, असं मी त्याला सांगत होतो. लग्न हा काही इलाज नाही, हे पुनःपुन्हा सांगितलं. सुंदर स्त्रीचं लग्न होवो किंवा न होवो, हे सारं जगच नीट समजून घ्यायला लागतं...

माझं कोणतंच उत्तर त्याला पटत नाहीय, असं वाटत होतं. त्याचं एकच पालूपद, 'सर गरिबांनी जगायचं की नाही?... देखण्या लेकरांनी कसं जगायचं?... इतके घाणेरडे शब्द, इतके विषारी डोळे तिला झेलायला लागतात... कधी कधी ती खूपच नाराज होते... शाळा नको म्हणते... बाहेर पडायला नको म्हणते...'

बोलता बोलता साऱ्यांचाच चहा संपला. कार्यक्रमाचे संयोजकही हॉटेलच्या दारात उभे राहिले. मी त्याच्याशी बोलतच होतो, पण तो अनेक घटनांची उदाहरणे देऊन सौंदर्य शाप कसं होतं, हेच सांगत होता. विधायक बाजू समजून घेण्याच्या मानसिकतेत तो नव्हता. आम्हा गुन्हेगार जातीला कशासाठी देव देतो सौंदर्य..? त्याच्याऐवजी भाकरी द्यायची... इज्जत द्यायची, असं जेव्हा तो म्हणाला तेव्हा कुणी तरी थोबाड फोडून काढतंय, असं वाटायला लागलं. स्थिर समाजात आपण जन्माला आलो, ही आपली चूक तर झाली नाही ना?, असं एक अपराधी मनही तयार होऊ लागलं. त्याचे सारे प्रश्न निरुत्तर करणारे आणि पडलंच उत्तर बाहेर, तर ते त्याला न पटणारं..!

आम्ही बाहेर पडलो. पोरगी पुन्हा धावत आली. ती पुन्हा सेल्फीचा आग्रह धरणार तोच मी म्हणालो, "हे बघ बेटा, मोबाईल खूप वापर, पण सिक होऊ नको. फोटोसिकही होऊ नको."

संयोजकांबरोबर चालू लागलो. पुढं गाव सोडतानाही ते कुटुंब नजरेसमोर उभं राहू लागलं. अण्णा भाऊंच्या 'डोळे मोडीत राधा चाले' या कादंबरीत असाच काहीसा प्रसंग आहे. रस्त्यावर तारेवर नाचणाऱ्या, 'चौफुल्यावर नाचणाऱ्या' अनेक देखण्या बायांच्या बाबतीत असे कटू प्रसंग आल्याचं मी अनेकदा ऐकलं होतं. वाचलं होतं. कोल्हापूरजवळ दारावर भिकेसाठी गेलेल्या भटक्या जातीतील एका देखण्या मुलीवर बलात्कार करून तिला थेट गाडून टाकलं होतं. मुलीच्या नातेवाइकांना घेऊन एका मोठ्या पोलिस अधिकाऱ्याकडं न्याय मागायला गेलो होतो. त्यानं आमचा कागद हसतमुखांं घेतला आणि म्हणाला, ''आपापल्या पोरींना नीट वागायला शिकवा. नखरे करायला लावू नका.''

अधिकाऱ्याचं उत्तर ऐकून आश्चर्य वाटलं होतं. भीक मागणारी पोरगी नखरे कसे करत असेल, हे काही कळायला मार्ग नव्हता. घराबाहेर पडायचं नाही, तर भीक कशी मागणार?, हा पोरीच्या वडिलांसमोर प्रश्न... शाळेत असताना शिक्षक 'सौंदर्य : शाप की वरदान?' यावर निबंध लिहायला सांगायचे... वादविवाद घडवत राहायचे... आम्ही काही जण कुरूप, काळे होतो... सौंदर्याच्या बाजूनं बोलायचो... आणि आता हे समोर चक्रव्यूहात सापडलेलं सौंदर्य... पालकाच्या आणि स्वतःच्याही काळजाचे ठोके वाढवणारं... वेदना निर्माण करणारं सौंदर्य... ही वेदना संपवणारं पेनकिलर कुठं आलंय अजून... आणि हो पेनकिलर वेदना संपवतं रोग तसाच राहतो की.

अजूनही बऱ्याच जाती भटकं जीवन जगतात. त्यांना गाव-घर नाही. त्यांच्यासाठी सुरक्षितता, प्रतिष्ठा काहीच नाही. सारी व्यवस्था जणू काही हे गुलाम असल्यासारखी वागते. त्यांच्या स्त्रियांसाठी असुरक्षितता तयार होणं, हीसुद्धा काही नवी गोष्ट नाही. ज्ञानाच्या, स्थैर्याच्या जगात येण्यासाठी छोटं-मोठं पाऊल टाकणाऱ्यांना व्यवस्था पाठिंबा देणार की नाही... व्यवस्थेत येणाऱ्याला ती सुरक्षित बनवणार की असुरक्षित..., सौंदर्याला आनंद बनवणार की जोखीम?, असे अनेक प्रश्न चहा घेता घेता निर्माण झाले. आपली व्यवस्था सुरूप असेल तरच तिथं कुणालाही निर्भयपणे जगता येतं... अगदी गुन्हेगार जातीत परी म्हणून जन्माला आलेल्या पोरीलासुद्धा निर्भय जगता येतं हे ही आपल्यालाच सिद्ध करावं लागंल...

३० ऑक्टोबर २०१६

■ ■ ■

छोट्या बाहुल्यांची मोठी स्वप्नं

भूमिका आणि नीतिका म्हणाल्या, 'आम्ही दोघी धान्यमंत्री. धान्याच्या कोठाराचं काम आम्ही पाहतो. धान्य येतं किती, दळणासाठी जातं किती, शिल्लक राहतं किती, ते नीट आहे का? आदींची माहिती रोजच्या रोज ठेवतो. धान्य कोठारही स्वच्छ ठेवतो.'

विद्या म्हणाली, 'मी आरोग्यमंत्री आहे. होस्टेलच्या मुली आजारी पडल्या, की काही प्रथमोपचाराची औषधं मी देते. प्रत्येक औषधावर रोगाचं नाव आणि डोस किती द्यायचा, हे लिहिलं आहे. सर्दी, डोकेदुखी, अंगदुखी यावरची ही औषधं आहेत. एखाद्याला विश्रांती घ्यायची असेल तर इथं खाट आहे. आराम करून, बरं होऊन ती जाऊ शकते.'

नेहा आणि गौरी बिछानामंत्री आहेत. बिछाना ठेवण्यासाठी एक मोठी खोली आहे. जाजम, बेडशीट, गादा व्यवस्थित घडी करून ठेवल्या होत्या. बिछान्यावर मुलींची नावं होती. आपापला बिछाना न्यायचा आणि सकाळी घडी करून, गुंडाळून होता तसा ठेवायचा.

मग आमची भेट झाली ग्रंथालयमंत्र्यांशी. स्नेहल आणि शीतल या विभागाचं काम पाहतात. कपाटात पुस्तकं नीटनेटकी लावलेली होती. सर्व प्रकारचं साहित्य आणि विश्वकोश होते. काही पुस्तकं दान म्हणून आलेली. काही विकत घेतलेली. प्रत्येक मुलगी ग्रंथ वाचतेच. प्रसंगी वहीत टिपण काढते.

प्रणाली ही शिवण विभागाची मंत्री. इथं प्रत्येक मुलीला शिवणकाम शिकवलं जातं. प्रयोगासाठी जुन्या साड्या आणून त्यातून नवं काहीतरी बनवलं जातं.

वसतिगृहात चौदा विभागांचं मंत्रिमंडळ आहे. केंद्रीय मंत्रिमंडळासारखं. काही खात्याला दोन मंत्री, तर काही खात्यांना एक मंत्री आहे. खात्याचा विस्तार, महत्त्व, उपयुक्तता विचारात घेऊन मंत्रिमंडळ बनवलंय. सानिका आहे प्रधानमंत्री.

सर्व खाती फिरून झाल्यावर मुली एकत्र बसल्या. मग उत्स्फूर्तपणे कुणी कविता वाचली, कुणी गाणं म्हटलं, कुणी भाषण केलं. कुणी एखाद्या गंभीर विषयावर चिंतन केलं. अतिशय निर्मळ आणि निर्भयपणे या साऱ्या मुली बोलत होत्या.

एका मुलीनं छत्रपती शिवाजी महाराजांवर कविता केली होती. कलुषित, प्रदूषित, भ्रष्ट आणि ढोंगी वातावरणाच्या पार्श्वभूमीवर 'राजे, तुम्ही असायला पाहिजे होता' असं हे सांगत सांगतच सध्याचं वातावरण कसं आहे, यावर भाष्य करत जाते. राजकारण किती सडकं झालेलं आहे, हे तिच्या आवडत्या राजाला सांगतच ती म्हणते, 'राजे आजच्या घडीला निवडणूक लढवण्यासाठी तुम्हालाही सुरक्षित मतदारसंघ शोधावा लागला असता.' एक कटू सत्य सांगणारी ही मुलगी होती ज्ञानेश्वरी.

बऱ्याच मुली व्यक्त होत होत्या. एका मुलीच्या भाषणामुळे तर धक्काच बसला. होस्टेलमधल्या मंत्रिमंडळाविषयी ती बोलत होती. मंत्रिमंडळ पारदर्शक, स्वच्छ आणि परिणामकारक आहे, हे सांगताना ती म्हणाली, ''वरच्या लोकांनी म्हणजे देश आणि राज्य चालवणाऱ्या मंत्र्यांनी आमच्याकडून धडा घ्यावा. आम्हाला भ्रष्ट सरकार आणि मंत्रिमंडळ नको आहे. आम्ही आमच्या इथं जसं सरकार स्थापन केलंय तसंच आम्हाला हवं आहे.''

अतिशय निर्भयपणे बोलणाऱ्या मुलींचं खूप कौतुक वाटलं. खरंतर उद्याच्या नागरिकांच्या मनात सरकारविषयी नेमक्या काय अपेक्षा आहेत, काय कल्पना आहेत, हे लक्षात येत होतं. मध्येच मला शंका आली. या साऱ्या मुलींना ही भाषणं कुणीतरी लिहून दिली असावीत. शंका दूर करायची म्हणून भाषणं करणाऱ्या प्रत्येक मुलीला विचारलं, की बाळा, तुला भाषण कुणी लिहून दिलंय का? यावर एक वगळता अन्य सर्व मुलींनी 'नाही, आम्हीच तयार केलंय', असं उत्तर दिलं. जिला तिच्या एका शिक्षकानं यशवंतराव चव्हाण यांच्यावर भाषण लिहून दिलं होतं, त्या भाषणात पहिल्याच वाक्यात चूक होती. इतर मुलींच्या भाषणात अशा चुका अपवादानंच सापडल्या. शिक्षकानं लिहून दिलेल्या भाषणात चूक आणि मुलींनी उत्स्फूर्तपणे स्वतःच तयार केलेली भाषणं निर्दोष, असं काहीतरी घडलं होतं.

सरकारविषयीची अपेक्षा नेमकी काय असते आणि नेमकं कसलं सरकार आपल्याला लाभतं यावर प्रकाश पडला होता. छोटी मुलंही सरकारच्या विधायक आणि भ्रष्ट हालचालींवर कशी लक्ष ठेवून असतात, हेही लक्षात येत होतं. या पोरांना चिल्लर पार्टी म्हणून दुर्लक्षित करता येत नव्हतं. मुली जे काही मांडत होत्या ते सारं प्रांजळ होतं. मेकअप केलेलं काही नव्हतं. निखळही होतं. छत्रपती शिवाजी महाराजही निखळ होते आणि त्यांच्या जन्मतारखेविषयी वाद घालणाऱ्यांना कवितेत दणका दिलेला होता. हे सारं सारं त्यांनी स्वतःच्या संवेदनांमधून व्यक्त केलं होतं. मुलांचे पाय पाळण्यात दिसतात, त्याप्रमाणे प्रत्येक मुलीच्या डोळ्यात एका निकोप समाजाचं, सुंदर समाजाचं, प्रामाणिक कार्यशील सरकारचं स्वप्न तरळताना दिसत होतं... शब्द साधे होते आणि सामर्थ्यशाली होते. शब्दांत आत्मविश्वास होता म्हणूनच की काय, प्राजक्तोही मोठ्या आत्मविश्वासानं म्हणाली, की मी असं साहित्य लिहीन, की वि. स. खांडेकर यांच्याप्रमाणे मलाही ज्ञानपीठ पुरस्कार मिळेल.

हे सारं घडत होतं सातारच्यात या. दो. गोपाळ पेठेतील सौ. लक्ष्मीबाई पाटील वसतिगृहात. गरीब मुलांच्या शिक्षणासाठी स्वतःच्या मंगळसूत्रासह सर्व दागिने मोडणाऱ्या लक्ष्मीबाई म्हणजे 'रयत'चे संस्थापक कर्मवीर भाऊराव पाटील यांच्या पत्नी. १९४२ मध्ये स्वतः भाऊरावांनीच या वसतिगृहाची स्थापना केली. अतिशय प्रतिकूल परिस्थितीत हे वसतिगृह चालत राहिलं. हे वसतिगृह म्हणजे वेदनांनी भरलेलं आणि पुढं वेदना सुगंधी बनवून त्यांची फुलं करणारं... अगदी गेल्या वर्षापर्यंत इथं आई-वडील नसलेल्या मुली यायच्या. लैंगिक पिळवणुकीचा बळी ठरलेल्या यायच्या, कोर्टानं पाठवलेल्या मुली यायच्या आणि गरीब कुटुंबातील चांगल्या मुलीही यायच्या. समूह जीवनातून सर्वांनी आपलं जीवन सुंदर करून घ्यावं, अशी भाऊरावांची अपेक्षा होती. समतेला पोषक वातावरण तयार व्हावं, यासाठी प्रयत्न होते. अलीकडे मात्र निराधार मुलींचं वसतिगृह बंद झालंय. शासनाचा कोणता तरी एक नियम आला आणि एक वसतिगृह घेऊन गेला. आता मागास असणाऱ्या ४२ मुलींचं एकच वसतिगृह चालतंय. लॉजिंग-बोर्डिंगसारखं स्वरूप त्याला नाहीय, तर जीवनाची जडणघडण करणारं ते एक केंद्र बनलंय. देशात अनेक वसतिगृहे आहेत. ती अनेक मुलांना जगवतात, शिकवतात, पण इथं विश्वासानं जडणघडणीचं काम होतं. वेदनांची फुलं होतात आणि सरपटणाऱ्या आयुष्याच्या झेपावणाऱ्या यशोगाथा होतात. भाऊरावांच्या गुंतवणुकीचा हा सारा पराक्रम आहे. चमत्कारासारखा तो वाटतो.

आभार मानताना मीनाक्षी ही छकुली रडायला लागली. कार्यक्रम संपू नये, असं तिला वाटत होतं. हुंदका गिळण्याचा तिचा प्रयत्न साऱ्यांच्याच लक्षात आला. अगदी प्राचार्य संजय कांबळे यांच्याही. गेली अनेक वर्षे ते आपल्या लेकरांचे वाढदिवस आणि कुटुंबातील अन्य आनंदाचे क्षण याच ठिकाणी येऊन साजरे करतात. असे अनेक जण आहेत. 'रयत'ने तयार केलेली संस्कृती या साऱ्यांना लोहचुंबकाप्रमाणे खेचून घेते. मलाही तिनं खेचलं होतं. या चुंबक स्पर्शातून अनेक विधायक उपक्रम सुरू आहेत. त्यांपैकी हा एक.

खरं म्हणजे अतिशय सुंदर वातावरणानं भरलेलं, प्रेरणादायी वाटणारं, ऊर्जा केंद्र बनलेलं होस्टेल सोडून जावं, असं वाटत नव्हतं. होस्टेलमध्ये मुलं कशी घडवावीत याविषयीचा एक 'रयत पॅटर्न' म्हणजे हे होस्टेल होतं. इथल्या मुली फक्त खालून वरच्या वर्गात जात नव्हत्या, तर आपल्या मनातला माणूस, समाज, सरकार आणि इतिहासही व्यक्त करत होत्या. त्यांच्या डोळ्यांतील छोट्या बाहुल्यांनी किती मोठी स्वप्नं तोलून धरली होती... या साऱ्या स्वप्नांना त्या फुलवताहेत, तेजस्वी बनवताहेत, असं वाटायला लागलं. एक कविकल्पना आली... खरंच मायबाप सरकारनं या स्वप्नांचा अर्थ समजून घेतला तर...

६ नोव्हेंबर २०१६

■ ■ ■

माणूस झालं की जाम पळता येतं...

टेक्नो आणि हेल्थ कॉर्नर बनू पाहणाऱ्या नाशिकच्या कॅनडा कॉर्नर चौकात डावीकडे वळून लॅपटॉपच्या दुकानाशेजारी आम्ही गाडी थांबवली. मुलासह लॅपटॉपच्या दुकानात गेलो. लवकरात लवकर लॅपटॉप खरेदी करून आम्हाला बाहेर पडायचं होतं. घडलंही तसंच. आम्हीच पहिले ग्राहक ठरलो. लॅपटॉप निवडत असतानाच मनात एक प्रश्न निर्माण झाला. गाडीचा दरवाजा बंद केला आहे की नाही? पोराला लॅपटॉपमध्ये गुंतवून मी पुन्हा गाडीजवळ आलो. दरवाजा बंद असल्याची खात्री करून घेतली. दुकानाकडे निघणार तोच झाडाखालच्या एका दृश्यानं माझं लक्ष वेधून घेतलं.

झाडाखाली दोन महिला, दोन पुरुष आणि तीन छोटी बच्चेकंपनी होती. भीक मागत फुटपाथवर जगण्यासाठी आलेली ही कुटुंबं असावीत असं वाटलं. अशी कुटुंबं तर पावलापावलांवर दिसतात. 'मेरा भारत महान', 'इंडिया दौड रहा है ऑण्ड पी. एम. बॉर्डर पे जा रहा है...' अशा घोषणा चालू असण्याच्या काळातही ही कुटुंबं दिसतात. या साऱ्या साऱ्या घोषणांचा ती फुगा फोडतात. आम्ही येथे फुटपाथवर चिकटलो असताना इंडिया दौडेल कसा, असा प्रश्न त्यांच्या मनात असतो. ते तो कधीही व्यक्त करत नाहीत. माहितीचा अधिकार कोणाच्या दारात, झोळीत पडत असतो, हेही त्यांना ठाऊक नाहीय. मुख्यमंत्र्यांना आशीर्वाद देण्यासाठी कोणत्या तरी बुवांनं एखादी घोषणा केलेली असते. जितना तेरा है उतनाही तेरा है... समय से पहले और तकदीर से जादा कुछ नहीं मिलनेवाला...भारी उपदेश असतो...फुटपाथवरच्या लोकांना तो उपयोगी पडतो...फुटपाथ त्यांचा...भीक त्यांची...बाकी नशिबात काही नसतं...

...तर या झाडाखालची एक सडपातळ, काळसर महिला आपल्या दोन-अडीच वर्षांच्या मुलाचं डोकं आपल्या मांडीवर ठेवून त्याचे गाल रंगवण्याचा प्रयत्न करत होती. तिच्याशेजारी असलेली दुसरी एक महिलाही आपल्या पोराचे गाल, कपाळ रंगवण्याचं काम पूर्ण करत आली होती. तिच्यासमोर रंगाच्या पाच-सहा ट्यूब होत्या...एक ट्यूब

घेऊन गालावर ठिपके काढायची...मग दुसरी ट्यूब... मग तिसरी... तिला रंगसंगती माहीत नसावी... कशात काय मिसळल्यावर कोणता रंग तयार होतो, हेही माहीत नसावं... हाताला सापडेल ती ट्यूब घेऊन पोराच्या गालावर दाबत होती...

सारं शहर दिवाळीनिमित्त लक्ष्मीपूजनाच्या घाईत होतं... दुकानं, घरं चकाचक केली जात होती आणि इथंही एक आई पोराचं थोबाड रंगानं भरत होती. मी आश्चर्य व्यक्त करत म्हणालो, 'ताई, काय करते आहेस हे?'

महिला हसली आणि पोराच्या गालावर ट्यूब दाबतच म्हणाली, ''ह्यो माझा पोरगा हाय... ह्येला राम बनवायचा आणि तो त्या बाईचा धाकटा पोरगा हाय ना, त्याला हनुमान बनवायचा... आता लक्ष्मण राहिला शिल्लक... पण त्येला इलाज नाय... तिसरं पोरं नाय इथं... दोन पोरीच हायती...''

हातातली ट्यूब खाली ठेवून ती उत्सुकतेनं माझ्याकडं बघू लागली. कोण कशाला चौकशी करतोय समधं, असा एक प्रश्न दारिद्रयानं होरपळलेल्या तिच्या चेहऱ्यावर दिसला. तिला बोलू न देताच मी खिशातून मोबाईल काढला. कॅमेरा ऑन केला. कॅमेऱ्यावर बोट ठेवून समोरचं दृश्य टिपतच तिला विचारलं, ''कशासाठी बनवतेयस राम आणि हनुमान?''

ती म्हणाली, ''काय करणार?... पोट भरायला लई लांबनं आलोय आम्ही... राम, हनुमानाचं सोंग घेऊन पोरं भीक मागायला दोन गल्ल्या फिरतील... पोटपाणी भागेल कसं तरी... काम काय गावात नाय बगा...''

मी : दोन्ही पोरं सिग्नलवर थांबतील काय?

ती : नायबा इथंच गल्लीत अन्न मागतील.

मी : बहुरूपी आहात काय तुम्ही?

ती : नायबा. चांगलं गावपारधी आहोत की आम्ही... हरिण पारधी, रान पारधी यातलं कायबी नाय बगा... गावपारधी आहोत.

मी : तुम्हाला गाव आहे, शेतीवाडी आहे...

ती : तर हाय की... बीड जिल्ह्यातल्या वासनवाडीचं आम्ही... माझं नाव साखराबाई, पोराचं नाव विक्रम, त्येच्या बापाचं नाव अर्जुन आणि त्यो तिथं बसलाय त्यो माझा नवरा...त्येला इचारा की जमीन किती...

मी तिच्या नवऱ्याकडं नजर वळवली. पायाची घडी करून तो बसला होता. माझ्या प्रश्नावर तो म्हणाला, ''आहे की साडेसात एकर. बाजरी पिकायची... सोयाबीन पिकायचं...''

मी : पाऊसपाणी चांगलं झालं नाही का यंदा?

तो : लईच भारी... म्हणजे भारीच झाला पाऊस आणि त्यामुळेच गाव सोडावं लागलं. लई दांडगा झाला पाऊस...

मी : पाऊस झाला, की लोकं गाव सोडत नाहीत. तू कसा काय आलास इथं कुटुंबकबिल्यासह?...एवढा चांगला पाऊस झाला तर शेती नाही का करायची?

तो : आता कसं सांगणार?... माझी जमीन एका मोठ्या ओढ्याच्या काठावर... ओढ्यात पाणी कधी साचायचं नाही... पीक निघायचं नाही... वरसावरसाला पोटापाण्यासाठी इथं नाशकात यावं लागायचं...यंदा दमदार पावसाला सुरुवात झाली आणि काळीज भरून आलं. यंदा गाव नाय सोडावं लागणार असं वाटत असतानाच हत्तीच्या पायासारखा लय दांडगा पाऊस कोसळला...ओढ्याचा भला मोठा पूर गावात घुसला. बघता बघता रान उजाड करून सगळी माती घेऊन गेला बरोबर... रान जागच्या जागी हाय, पण कणभर माती नाय त्येच्यात... पावसानं रानच नेलं सगळं... आता पेरायचं कशात...?

अर्जुनचं बोलणं दोन्हीही महिला ऐकत होत्या. त्यांच्या चेहऱ्यावरची चिंता काळ्या ढगासारखी पसरतेय आणि चिंतेचाही एक महापूर येणार असं वाटायला लागलं...

चर्चा एका गंभीर वळणावर येऊन थांबली... पुरामुळं पूल तुटावा आणि संपर्क तुटावा असं काहीतरी घडत असावं. त्यातूनही म्हणालो, ''शहरात रोजगार मिळतो का? भीकच मागावी लागती का?''

माझ्या प्रश्नावर साखराबाई म्हणाली, ''मिळतो कधी कधी, पण डोकं टेकवायला जागा कुठं गावात नाय? राशनकार्डसाठी मध्ये हजार हजार रुपये देऊन बसलो... कार्ड काय हातात आलं नाय... त्येचा नाद आता सोडला... रोजगार नाय मिळाला की पोरं रंगवून त्यांना भिकेला लावायचं... सिग्नलवर उभं करायचं... आणत्यात धा-वीस रुपडे... धावणाऱ्या गाड्यांमागं पोरं लागली की घालमेल होत्ये जिवाची..., पण करणार काय?...

मी विचारलं, 'गावात का राहत नाही?'

तिचं तेच उत्तर...जगणार कसं?... गावाच्या आजूबाजूला भीक कोण वाढंल?... ओळखीच्या ठिकाणी भीक मागायची तर कशी?...

तिच्या कोणत्याच प्रश्नांची उत्तरं माझ्याकडंच काय 'दौडणाऱ्या इंडिया'कडं नव्हती. इंडिया राष्ट्रभक्तीत अडकला, गायीत अडकला... त्याला तर उत्तर शोधायला कुठं आलाय वेळ. बिच्चारा!

चर्चेअंती लक्षात आलं, की ही साखराबाई एकटीच नव्हे, तर बारा बिघ्याचा मालकही पोटासाठी शहरातल्या फुटपाथवर उतरलाय... तो माणसांच्या (मजुरांच्या) बाजारात उभा राहतो... तांब्याभर पाण्याची बंगल्यासमोर भीक मागतोय... कुत्रं भुंकलं की ढुंगणाला पाय लावून पळतोय... फ्रीजमध्ये काळीज आणि कॅरिबॅगमध्ये प्रश्न घेऊन फिरणाऱ्या शहरात सारं पाणी बिसलेरीत अडकलंय... याला कोण देणार?

निरुत्तर होऊनच मी निघालो तसं आणखी एक दृश्य दिसलं. आई-वडील आणि

मुलगा असं तिघांचं एक कुटुंब समोर प्लॅस्टिकची एक पिशवी ठेवून त्यातला भात तोंडात टाकत होतं. हेही कुटुंब दुरून आलं होतं... मुख्य प्रवाहात येण्यासाठी बहुतेक गुन्हेगार जातींनी आता गुन्हे करणे जवळपास बंद केलंय. हे जरी खरं असलं तरी त्यांच्या भाकरीचा प्रश्नही तितकाच गंभीर बनलाय. मुख्य प्रवाह, निसर्ग, शहरातला फुटपाथ, धावणाऱ्या गाड्याही त्यांना साथ देत नाहीत... चंबळमधल्या दरोडेखोरासारखं पाऊस त्यांची जमीन घेऊन जातो आणि दारिद्र्य थेट इथं आणून सोडतं...भीक मागता यावी म्हणून पोरांना रंगवत त्यांना देव बनवण्याचा प्रयत्न करतं...

लॅपटॉपच्या दुकानात पोहोचलो. पोरानं लॅपटॉप निवडला होता. डेबिट कार्ड देऊन तो व्यवहार पूर्ण करत होता. पार्सल घेऊन बाहेर पडलो. पाच-दहा मिनिटांत बाहेर पडलो. कॅनडा कॉर्नरच्या चौकात सिग्नलवर नजर खिळली. मगाशी रंगाच्या जोरावर देव बनू पाहणारी ती दोन्ही पोरं वाहनांच्या मागं धावत होती. थांबलेल्या वाहनाच्या खिडकीतून आपले इवलेसे हात नेत होती. कोणी महत्प्रयासानं सुटे पैसे शोधून काढायचं...पोरांच्या तळहातावर ठेवायचं... कोणी गाडीच्या काचा वर करत ही कुरूपता इथं कोठून आली, या भावनेनं पाहायचं...

मी माझ्या गाडीजवळ आलो. साखराबाईला विचारलं, 'पोरांनी चेहऱ्यावरचा रंग का काढला? ती देव का झाली नाहीत..?'

साखराबाई हसतच म्हणाली, की पोरांचं काय सांगता येतं का? काय टकुऱ्यात घुसल आणि काय नाय, पत्ता लागत नाय... बेसपैकी त्येला देव बनवलं होतं पर बेणं विस्कटलं... चेहरा पुसून घेतला आणि म्हणतं कसं... देव होऊन सिग्नलवर गाड्या पकडता येत नाही... अवघडल्यासारखं वाटतं... गल्लीत गेल्यावर कुत्री भुंकतात... माणूस झाल्यालं लय भारी...

आता म्या म्हटलं माणूस तर माणूस हो, पण जा भिकंला. देव सोडून दिला आणि माणूस होऊन उडाली पोरं...

१३ नोव्हेंबर २०१६

■ ■ ■

वर्षश्राद्धात गेली कविता

या लेखाचं शीर्षक वाचूनच धक्का बसण्याची शक्यता आहे; पण मला मात्र हा विषय ऐकून, पाहून धक्का बसलेला नाहीय. बसलाच असेल तर सुखद धक्का... गेल्या अनेक वर्षांपासून आपण मराठी कवितेची अतिशय गंभीरपणे चर्चा करत आहोत. खरंतर मराठी साहित्याचीही चिंता करत आहोत. जागतिकीकरणात मराठी साहित्याचं, त्यातही मराठी भाषेचं काय होणार, हा प्रामुख्यानं चिंतेचा विषय असतो. चिंता करण्याची ठिकाणंही ठरलेली आहेत. त्यात एक मराठी साहित्य संमेलन... वर्षभर तयार झालेली चिंता संमेलनात व्यक्त होते. पुन्हा वर्षभर ती गोळा होत राहते. संमेलनाची वाट पाहत राहते. मग कायद्याकडे सरकते. कायदा करून किंवा ठराव मांडून भाषा जगवता येते, ती समृद्ध करता येते, अशा एका गोड गैरसमजात आपला भाषा व्यवहार, साहित्य व्यवहार पुढं पुढं सरकतो आहे. पुढं सरकतो आहे असं म्हणण्याऐवजी एक पाऊल पुढं आणि तेवढंच पाऊल मागं सरकतो आहे. याचा अर्थ स्थितिशीलतेच्या एका भोवऱ्यात तो अडकला आहे. मग चर्चा होते मराठी साहित्य आवर्तात अडकले आहे का?, या विषयावर. मग कवितेची चर्चा होते. मग तिच्या खपाची, वाचकप्रियतेची चर्चा होते. ही चर्चाही एकांगी असते. तुलनेसाठी भरभक्कम उदाहरण आपण समोर ठेवत नाही, कारण ते अंगलट येण्याची भीती असते. चर्चेसाठी आपण एक उदाहरण घेऊ. महाराष्ट्रात पंधरा कोटी लोक राहतात. त्यातील दहा कोटी लोक चांगले साक्षर आहेत, अशी कल्पना करू. त्यातही दोन कोटी लोकांना वाचायची सवय आहे आणि त्यातही एक कोटी लोक पुस्तक विकत घेतात, असा समज करून घेऊ. याचा अर्थ असा होईल, की चांगल्या मराठी पुस्तकाची पहिली आवृत्ती पाच-दहा हजार प्रतींची होईल. पण, प्रत्यक्षात पाचशे ते एक हजार प्रतींचीच आवृत्ती निघते. आघाडीचा लेखक असेल तर वर्ष-दोन वर्षांत एक आवृत्ती

संपते. काही चतुर लेखक खटपटी, लटपटी करून आवृत्त्यांचा विक्रम करतात. बहुतेक वेळा हे शासनात मोठ्या हुद्द्यावरचे असतात. बाकीच्या पुस्तकांची पहिली आवृत्ती संपायला पाच-दहा वर्षं लागतात. अर्थात, हे गद्यलेखनाचं झालं. काव्यलेखनाचं आणखी वेगळं. मुळातच काही कवींचा अपवाद वगळता कोणी प्रकाशक कवितासंग्रह छापायला तयार नाही. छापलाच तर पैसे घेऊन छापतात. स्वतः कवीच स्वतःला किंवा आपल्या बायको-पोराला प्रकाशक बनवतात. दोन-तीनशे प्रती छापून त्या फुकट कोणाला देता येतील, याचा विचार करतात. हे सर्व का घडलं किंवा घडतं आहे, याची कारणं सर्वांना ठाऊक आहेत. प्रश्न एकच, की ती कोणी मान्य करत नाहीत.

लोक कवितेकडे येत नसतील तर कवितेनं लोकांकडं गेलं पाहिजे, या विचारातून मग कवितेचे वेगवेगळे प्रयोग सुरू झाले. एखादा गट करून काव्यवाचन करणे हा त्यांपैकी एक मार्ग. लोकांना कवितेची गोडी लागावी म्हणून आणखीही काही मार्ग आले. चार कवींनी एकत्र येऊन कुठंही कविता वाचण्यास उभं राहावं हा दुसरा मार्ग. नाशिकमध्ये मध्यंतरी आरबाट-चरबाट या नावानं काहींनी हा प्रयोग केला. पण तोही संपला. चालला नाही. मग पोस्टाच्या कार्डवर कविता लिहून पाठवणं सुरू झालं. मग ब्लॉग आला, फेसबुक आलं. व्हॉट्सअॅप आलं. एवढं करूनही कविता वाचणाऱ्यांचा, ऐकणाऱ्यांचा वर्ग वाढत नाही, असं लक्षात येऊ लागलं. कवितेचं सार्वत्रिकीकरण कसं करायचं, वाचक कसा मिळवायचा, हा एक गहन प्रश्न होता. या सर्व पार्श्वभूमीवर एक बातमी समजली. तिची खातरजमा करून घेण्यात बराच काळ गेला. ही बातमी म्हणजे वर्षश्राद्धात कविता प्रवेशकर्ती झालेली आहे. जलदान विधीत तिनं प्रवेश केला आहे. बातमी ऐकून आनंद झाला. कवितेला चालण्या-फिरण्यासाठी एक ठिकाण मिळालं होतं. सुरुवातीला राकेश वानखेडेनं ही गोष्ट सांगितली. मग एक-एक करत या कल्पनेचा सूत्रधार असलेल्या रवींद्र मालुंजकरपर्यंत पोहोचता आलं. रवींद्र म्हणजे एक धडपड्या आणि प्रयोगशील कवी, एक धडपड्या सूत्रसंचालक. वर्षश्राद्ध आणि कवितेचं नातं त्याच्याकडून समजून घेता आलं.

अलीकडे वर्षश्राद्धाला बुवा-बाबांचं प्रवचन ठेवणं एक फॅशन झाली आहे. पूर्वी धार्मिक विधीपुरतं आणि कुटुंबापुरतं हे श्राद्ध मर्यादित होतं. पुढं पुढं त्याला सार्वत्रिक रूप आलं. भजन, कीर्तन असं करत प्रवचनापर्यंत ते पोहोचलं. काही गब्बर लोक त्याचा इव्हेंट करतात... खास वर्षश्राद्धात प्रवचन देणारे काही बुवा किंवा महाराज तयार झाले. ते प्रसिद्ध पावले. पाच-पन्नास हजार रुपयांपासून लाखांपर्यंत त्यांची बिदागी पोचली. पूर्वज आठवण्याचा म्हणजेच एका अर्थानं दुःखाचा हा क्षण एका इव्हेंटमध्ये रूपांतरित झाला.

सारं गाव गोळा करून खर्चाचा विचार न करता तो साजरा होऊ लागला. चौकातल्या होर्डिंगवरही वर्षश्राद्ध उतरलं. मग कुणाच्या तरी डोक्यात कल्पना आली. आईच्या वर्षश्राद्धावेळी आईवरच्या कवितांचं वाचन करण्यासाठी कवींना का बोलवू नये? मग बापाच्या वर्षश्राद्धावेळी बापावरच्या कविता सांगण्यासाठी कवींना का बोलवू नये? मग आणखी कुणाला तरी वाटलं की जलदान विधीच्या वेळीच कवींना का बोलवू नये? असं करता करता तिन्ही प्रसंगांसाठी कवींना पाचारण करण्यात येऊ लागलं. नाशिकमध्ये वर्षश्राद्ध आणि कवितेचं नातं तयार झालं आणि जिल्हाभर ते पसरलं. गेल्या दोन वर्षांत नाशिक, दिंडोरी, मालेगाव, पिंपळगाव बसवंत, नाशिक रोड, मखमलाबाद, इगतपुरी, लासलगाव, निफाड इ. अनेक गावांत वर्षश्राद्धात कविता पोहोचली. कवींचा कळप घेऊन पोहोचली. आईचं श्राद्ध असेल तर आईवरच्या कविता आणि बापाचं श्राद्ध असंल तर बापावरच्या कविता सुरू झाल्या. वर्षश्राद्धाच्या वेळी मृताचे नातेवाईक एकत्र येतात. शेजारीपाजारी येतात. गंभीर वातावरण तयार होत असतं. अशा वेळी आईच्या आणि बापाच्या कविता लोकांना खूप भावतात. हयात असलेल्या आई-वडिलांचं हृदय खुलं करतात. या दोन नात्यांचं अनेक महत्त्व कवी कविता वाचून, तर कधी गाऊन व्यक्त करतात. लोक मन लावून कविता ऐकतात. सद्गतीत होतात. श्रोत्यातले काही जण आपले हयात असलेले आई-वडील समजून घेण्याचा प्रयत्न करत, त्यांच्याशी नीट वागू, असा निर्धार व्यक्त करतात. काही श्रोत्यांच्या डोळ्यांतून अश्रू ठिपकायला लागतात. आई-वडिलांचं माहात्म्य सांगणारी कविता परिणामकारक ठरते. वेदना, भाव, जिव्हाळा, चिवट नातं, त्याग, समर्पण वगैरे सर्व गोष्टी कवितेतून झिरपायला लागतात. विशेष म्हणजे, लक्ष देऊन कविता ऐकणारा आणि ऐकलेली कविता काळजात पसरवत नेणारा श्रोता मिळतो. कवीला आणखी काय हवं असतं?

बौद्ध धर्म स्वीकारल्यानंतर दलित समाज दहाव्याऐवजी जलदान विधी करू लागला. मरणोत्तर विधी कायम राहिला असला तरी त्यात आशयाच्या दृष्टीनं काही बदल घडवण्यात आले. कर्मवीर दादासाहेब गायकवाड यांनी स्वतः पुढाकार घेऊन काही बदल घडवले होते. दहाव्याचा म्हणजे नवबौद्धांच्या भाषेत जलदान विधीचा कार्यक्रम केवळ रडारडीचा, दुःख जागराचा किंवा केवळ विधीचा होऊ नये, यासाठी आपापल्या पर्यावरणात आपल्याला भेडसावणाऱ्या प्रश्नांवर चर्चा सुरू झाली. राजकारण, समाजकारण, शिक्षण आंदोलन वगैरे प्रश्न चर्चेसाठी येऊ लागले. ज्येष्ठ साहित्यिक बाबूराव बागूल यांनी आपल्या मुलाच्या जलदान विधीवेळी 'बहुजनाचे ऐक्य' या विषयावर चर्चा घडवली होती. त्यासाठी राज्यभरातून नेते बोलावले होते.

दुःखाचा कढ ओसरला, की आपल्याला पुन्हा वास्तवानं भरलेल्या जगात यायचं असतं. दुःख विसरून वास्तवाला भिडायचं असतं. त्यासाठी जलदान विधी एक चांगलं औचित्य असतं. आता या जलदान विधीच्या वेळीही कविता प्रवेशकर्ती झालीय.

आई-वडिलांवर कविता करून त्या गाजवणारा एक गट तयार झालाय. त्यांनी कविताही छान तयार केल्या आहेत. त्या ऐकताना माणूस सद्गतीत होतो. राजेंद्र उगले (नाशिक) यांची 'बाप सोडून जाताना माझ्या मायमाउलीचा', अरुण इंगळे 'आई नसताना', विजयकुमार मिठे 'जवा आठवते आई', गौरवकुमार आठवले 'दारिद्र्याचे नंदनवन करते आई', विवेक उगलमुगले 'अण्णा रोज रोजनिशी लिहायचा' आदी कविता वर्षश्राद्धावेळी खूपच गाजतात. दत्ता अलंगटही त्यात आहे. नाशिक आणि परिसरातील हे कवी आहेत आणि बहुतेक वेळा मालुंजकर सूत्रसंचालन करतो.

कवितेचा कमी होणारा वाचक आणि श्रोता पुन्हा मिळवण्यासाठी जे काही प्रयोग होत असतात, ज्या काही नव्या वाटा तुडवल्या जातात त्यांपैकी वर्षश्राद्धात आणि जलदान विधीत कविता हाही एक वैशिष्ट्यपूर्ण प्रयोग आहे. प्रयोगासाठी नवं ठिकाण निवडण्यात आलं आहे. हे सारं खरं असलं तरी मुळात कविता सर्वव्यापी असली पाहिजे, माणसाभिमुख असली पाहिजे, हे टाळून कसं चालंल?...

२० नोव्हेंबर २०१६

■ ■ ■

निलंगा राइस

सात नोव्हेंबरच्या सायंकाळी उस्मानाबादेत पोहोचलो. लाख-दीड लाखाच्या छोटेखानी शहरात महाराष्ट्रातल्या मुख्याध्यापक संघाचं अधिवेशन सुरू होतं आणि ८ नोव्हेंबरला समारोप करून नाशिकला पोहोचायचं होतं.. तासाभराच्या भाषणासाठी हजार किलोमीटरचा प्रवास करणं, दोन-अडीच दिवस खर्च करणं, हे काही भलेपणाचं नाही, असं माझे मित्र म्हणतात. त्यांचं खरंही असेल, पण जित्याची खोड मेल्याशिवाय जात नाही, त्याप्रमाणं फिरण्याची सवय मला कधी बंद करता येईल असं वाटत नाही... खरंतर मी त्यासाठी प्रयत्नही केला नाही... प्रवास माणसाला शिकवतो, हे गुरुजीनं फळ्यावर लिहिलेलं वाक्य कधीतरी अजाणतेपणी वाचलं होतं... शहाणं व्हायचंय तर फिरत राहा याप्रमाणं फिरत राहिलो... शहाणपणाची वाटही बघत राहिलो. हॉटेलवर सुदेश अळाळे भेटायला आला होता. मराठवाड्यात अशी काही आडनावे आहेत, की ज्याचा अर्थ कळत नाही. उच्चार करताना दात जिभेला पकडून ठेवतात अशा या नावांची व्युत्पत्ती शोधत राहणं आनंददायी असतं. असंच एक नाव दिसलं 'थोरपाटील'. खूप मजा आली. आबा थोरात, सुदेश आणि मी उस्मानाबादला एक वेढा मारायचा ठरवलं. कमी लोकसंख्येचं हे शहर तुकड्या-तुकड्यांनी विस्तारत गेलंय. एक महत्त्वाचा रस्ता सोडला की विकास काय असतो, याचा खूप विचार करावा लागतो. बसस्टॅण्डवरून फिरत फिरत ॲड. भारतीच्या घरी जेवायला जायचं होतं. फिरता फिरता सुदेश उस्मानाबादची माहिती देत होता. १९९२ मध्ये युती सत्तेवर असताना ज्या काही गावांचं नामांतर करायचं ठरवलं त्यात एक उस्मानाबाद... अनेक ठिकाणी या गावाचं नवं नाव फलकांवर, पाट्यांवर दिसत होतं... धाराशिव.... या नव्या नावाचा अर्थ नाशिकमध्ये येऊन शोधला. उस्मानाबादजवळ धाराशिव लेणी आहेत. पार्श्वनाथाची मूर्ती तिथं आहे.

चालत चालत बसस्थानकासमोर आलो तेव्हा सुदेशने हातानं खुणवून सांगितलं की,

इथं निलंगा राइस मिळतो. खूप प्रसिद्ध असतो, पण तो दुपारपर्यंतच विकला जातो. खूप गर्दी होते. दुपारनंतर मात्र विक्री बंद होते.

जवळपास दीड तासात उस्मानाबाद बऱ्यापैकी फिरून झालं. उरलंसुरलं सकाळी फिरायचं होतं. ठरल्याप्रमाणं सकाळी लवकर बाहेर पडलो. फिरून झाल्यावर निलंगा राइसच्या टपऱ्यांवर आलो. प्रत्येक टपरीवर 'निलंगा राइस' असा चमचमता बोर्ड होता. टपरीसमोर खवय्यांची ही गर्दी होती.

फिरोज बागवानाच्या टपरीवर गेलो. निलंगा राइसची ऑर्डर दिली. एका डिशवर प्लास्टिकचा कागद आणि त्यावर साठ-सत्तर किंवा पन्नास ग्रॅम भरेल एवढासा मसाला भात. लिंबाची एक फोड, कांद्याचा एक तुकडा... कोबीचा किस आणि फोडणी देऊन बनवलेली तूरडाळीची झणझणीत आमटी... या सर्वांचं मिश्रण एकदम सुरेख... जिभेला नाचवत तृप्त करणारं आणि काही काळासाठी का असेना पोट भरल्याचं समाधान देणारा हा निलंगा राइस..

फिरोजशी बोलता बोलता एक प्रश्न विचारला, निलंगा काही तांदळासाठी प्रसिद्ध नाहीय. तो तर राजकारणात वडील विरुद्ध मुलगा, सासरा विरुद्ध सून, अशा संघर्षासाठी प्रसिद्ध आहे. सासऱ्याचा पक्ष काँग्रेस, पण सून भाजपच्या तिकिटावर विजयी झाली आणि धमाल म्हणजे याच पक्षाच्या तिकिटावर नातवानं आजोबाचा पराभव केला. नातू मंत्री झाला. आता या साऱ्या लढती खऱ्या खऱ्या होत्या, की क्रिकेटमधल्या मॅचफिक्सिंगप्रमाणे होत्या, हे काही महाराष्ट्राला कळलेलं नाहीय. महाराष्ट्राच्या भूगोलागत निलंगा एखाद्या ठिपक्याप्रमाणे आहे. तिथलं खरंखोट राजकारण काही इतरत्र पोहोचलं नाही, पण तिथं नसलेला तांदूळ जागतिकीकरणात राइस बनून उस्मानाबादच्या फुटपाथवर टपऱ्या-टपऱ्यांवर पोहोचला... हे असं कसं झालं?...

भल्या मोठ्या पातेल्यातला राइस डिशमध्ये टाकत फिरोज म्हणाला, "यह तो एक मजेशीर बात है... वैसे तो ये राइस निलंगे का नहीं है... इथंच खरेदी करतो तांदूळ... घरमेंही पकाते है... पातेले में डालकर इधर बेचने को लाते है.."

मी : मग हे मध्येच निलंगा कसं काय आलं?

तो : काही वर्षांपूर्वी लातूरहून एकजण इथं हाथ पे पेट लेके आया था... सच बोलू तो ये डिश उसीने बनाई... निलंगा राइस नाम भी उसी का है... बादमें कुछ हो गया... वो चला गया और हमने निलंगा राइस शुरू किया... माझ्या भावाचा फळांचा गाडा आहे. मागे मी आलो. मग आजूबाजूला अजून कुणीकुणी आलं... महापालिकेला जागेचा कर देतो... दुपारपर्यंत थांबतो... बस पेटपानी चल रहा है...

निलंगा राइस खाणारा ग्राहकांचा एक वर्ग तयार झालाय. सर्वप्रथम त्यात अंगमेहनतीची कामं करणारा मजूरवर्ग येतो. एक सांगायचं राहून गेलं. उस्मानाबादेतही माणसांचा म्हणजे मजुरांचा बाजार भरतो. या बाजारातले मजूर इथं येतात. कामावर जाताना दुपारचं जेवण म्हणून इथला राइस घेऊन जातात. नगरपालिकेचे स्वच्छता कामगार पहाटेपासून कामावर आलेले असतात. काम संपलं की पोटपूजेसाठी ते येतात. निलंगा राइस खायला. मग खेड्यापाड्यातले विद्यार्थी... पहिल्या बसने डबा न घेता ते येतात... घरात डबा तयार होऊ शकत नाही आणि बारा-एक वाजेपर्यंत शाळेत थांबायचं असतं... ही सगळी वाढलेली आणि न वाढलेली पोरं प्रथम टप्प्यांवर जमा होतात. राइस खाऊन शाळेला जातात. बहुतेक वेळा कॉलेजची पोरं जास्त असतात. प्राथमिक आणि माध्यमिकमध्ये कशी तरी गळ्यात ढकलण्यासाठी खिचडी असते. कॉलेजच्या पोरांची बस चुकली, की निलंगा राइसवरच भागवावं लागतं. मग येतात नोकरदार, मध्यमवर्गीय, कनिष्ठ मध्यमवर्गीय... नोकरीवरून जाताना ते बाइक थांबवतात....पार्सल घेऊन जातात... आपल्या शाळकरी पोरांना डबा देण्याचा कंटाळा करत दहा रुपये देऊन राइसकडे पिटाळतात. मग येतात मोठमोठ्या ऑफिसमधले कर्मचारी... ते व्यक्तिगतरीत्या येतात किंवा पार्सलं मागवतात. त्यांच्यात नेहमी पार्टी होते... पार्टीसाठीही निलंगा राइसची ऑर्डर दिली जाते... मग येतात काही उच्चभ्रू... टेस्ट म्हणून ते चार चाकीत बसून राइसवर ताव मारतात... असं करत करत निलंगा राइस उस्मानाबादचा ब्रॅण्ड झाला. उस्मानाबादेत काय प्रसिद्ध आहे, या प्रश्नावर फक्त बोकडाचं नाव येत असायचं... पण आता बोकडाच्या बरोबरीनं राइसही उतरला जिभेवर.

उस्मानाबादेतच काय, कुठंही जा दहा रुपयांमध्ये खाद्यपदार्थ मिळत नाही. दहा रुपयांत मिळणाऱ्या वड्याचा किंवा पाच रुपयांत मिळणाऱ्या कचोरीचा आकार नारायणगावच्या दुर्बिणीतून बघण्याची वेळ येते. राइसचं तसं नाही. त्याची चव कायम आहे. सेवा कायम आहे. स्वच्छता आणि टापटिप आहे. असा आधार युतीच्या काळात झुणका-भाकर केंद्रानं दिला होता. पण, पुढं झुणका आणि भाकरीला भ्रष्टाचाराची बुरशी लागली. काही केंद्रांचे गुत्ते झाले, तर काही केंद्रांचं असंच काहीतरी झालंय. डॉ. बाबा आढावांची 'कष्टाची भाकर' मात्र वर्षानुवर्षं आपलं मूल्य, दर्जा आणि समर्पणाची भावना टिकवून आहे. असंच एक केंद्र साताऱ्याच्या बसस्थानकात आहे. महिलांचा एक बचतगट ते चालवतो.

तर पुन्हा निलंगा राइसविषयी... या राइसने विश्वास संपादन केलाय... भूक भागवण्याची तसंच गुणवत्तेची गॅरंटी-वॉरंटी दिलीय... परिणाम एकेका गाड्यावर रोज दहा-पंधरा किलोंचा भात खपतो... उस्मानाबादेत कपभर चहासाठी सहा-आठ रुपये

मोजावे लागतात... खाद्यपदार्थ तर पंधरा-विसांच्या घरात... मग अशा वेळी निलंगा राइस हमखास मदतीला येतो... सोलापूरच्या काही चौकांत पहाटे पोहे, उपमा, शिरा विकणारे असे काही गाडे उभे राहतात. प्रतीकात्मक किंवा थोडासा नफा घेऊन हे गाडे ग्राहक गोळा करतात. टिकवतात. जिंकतात आणि आपल्या व्यवसायाचंही आयुष्य वाढवत असतात... दहा रुपयांचा राइस खाण्यासाठी वाढती गर्दी हे काही चांगल्या अर्थव्यवस्थेचं लक्षण नाहीय... नोटा रद्द करून, नोटा नव्यानं काढूनही गर्दी कमी होत नाहीय... बुडत्याला काडीचा आधार तसं बीपीएलवाल्यांना निलंगा राइसचा आधार आणि फिरोजसारख्या अनेकांना बीपीएलवाल्यांचा आधार... असंही असू शकतं नवं जग... ते बघण्याचा मार्ग कदाचित राइसमधूनही जाऊ शकतो.

२७ नोव्हेंबर २०१६

■ ■ ■

लोकशाही आलीय...

अधूनमधून मी पेठ रोडवर भाजी खरेदी करायला जातो. तसं गोदेच्या काठावर फिरत फिरत, कधी वाहणारी, तर कधी मुडदूस झालेल्या रोग्यासारखी पडून राहिलेली गोदावरी पाहत पाहत खरेदी करणं आनंददायी असतं. पेठ रोडला असा आनंद नसतो; पण खेडेगावात, आपल्या लोकांत गेल्याची एक भावना असते. पेठ रोडवर एका ज्येष्ठ महिलेकडंच भाजी खरेदी करत असतो. वर्षानुवर्षं तिच्याच दुकानासमोर जातो. आता दुकान म्हणजे रस्त्यावर पसरलेला भाजीपाला. तर त्या दिवशी ती दिसली नाही आणि तिचं दुकानही दिसलं नाही. तिच्याशेजारी दुकान थाटणाऱ्या मावशीची ओळखही यापूर्वींच झाली होती. आपल्याकडं हा भाजीपाला घेत नाही म्हणून सुरुवातीला ती चेहरा नाराज करून पाहायची. मग नंतर तीही मला 'काय भाऊ कसं चाललंय', असं विचारू लागली. चर्चेत तिचा नेहमीचाच एक प्रश्न आणि तो म्हणजे बड्या लोकांनी अतिक्रमण करून घर, बंगले बांधले आहेत. ते कुणी पाडत नाही आणि आम्ही बसलो ना इथं फुटपाथवर तर म्युनिसिपालटीची गाडी मागं लागते बघ. जीव कावून जातो. वैताग येतो. किती येळा दुकान मांडायचं, किती येळा विस्कटायचं आणि किती येळा पोत्यात भरून डोईवर घ्यायचं... लईच कटकट होते बघ...

मावशीच्या प्रश्नावर माझ्याकडं मौन हे एकच उत्तर असतं. खोटं-खोटं हसत मौन पाळलं, की गरिबाला आपल्या प्रश्नाचं उत्तर मिळाल्याचा भ्रम होतो. नाहीतरी ते भ्रमातच जगत असतात की...

मावशी आज बेबीताई नाही दिसत, असा थेट प्रश्न विचारत तिच्या संभाव्य आणि नेहमीच्या प्रश्नांना बगल देण्यात मी यशस्वी झालो. प्रश्नांना बगल दिली, की मध्यमवर्गीय होता येतं हा कुणीतरी सांगितलेला सिद्धांत एव्हाना मलाही पटू लागलाय. मान वर करतच ती म्हणाली, "गेलीया देवदेव करायला. जाऊ दे, आज तर तुला माझ्याकडंच भाजी घ्यावी लागंल.''

मी तिच्याकडंच भाजी घेणार होतो. भाज्यांवर नजर फिरवतच म्हणालो, ''कोणत्या देवाला?''

ती : गेली की बालाजीला.

मी : मध्येच कसं काय?

ती : मध्येच कुठं! लोकशाही आली ना! पाच वरसांत घडवती ती थोरा-मोठ्या देवाचं दर्शन.

मी : कळलं नाही.

ती : त्यात काय कळायचं... म्युनिसिपालटीच्या निवडणुका लागल्या, की आमचा उमेदवार म्हाताऱ्या-कोताऱ्यांना गाडीत भरून घेऊन जातो देवदेव करायला. भारी बस असत्यात. खानं-पिनं, दर्शनाचं समधं त्योच बघतो. एक पै कुणाकडं मागत नाही. पाच वरसातनं एकदा ती लोकशाही आली, की हा गाड्या भरतो.

मी : पण कशासाठी करतो हे तो?

ती : आता ते काय लपवून ठेवतं का कुणी... आम्ही मतं देतो... त्याच्या नावाचं बटण दाबतो.

मी : पण मावशी आपल्याकडं तर लोकशाही रोजच असते की...

ती : असंल बाबा तुमच्या देशात... आम्हा गरिबाकडं पाच सालात एकदाच येती बघ... ती येऊन गेली की हाय आपलं राबायचं... राबणं कुणाला चुकलं का सांग?

मी : म्हणजे मत मिळवण्यासाठी तो तीर्थयात्रा काढतो... खर्च करतो...

मध्येच माझा प्रश्न रोखत ती म्हणाली, ''मेथी घेऊन जा, मी दिलीय म्हणून सांग बायकोला... आणि टमाटा स्वस्त झालाय... किलोभर घेऊन जा...'' असं बरंच काही ती बोलायची. भाज्यांचं वजन करायची... पिशवीत टाकायची... पण हे करताना प्रश्न मात्र नीट ऐकायची आणि त्याचं उत्तर जमेल तसं द्यायची... थोडं थांबून तिनं वांगी हातात घेतली. खालवर करून पाहिली. ती स्वतःच पुटपुटत म्हणाली, ''नाय देत तुला... सुकल्याती... उद्या ये...''

मावशी भाजीतून बाहेर पडणार नाही आणि माझ्या प्रश्नावर बोलणार नाही, असं वाटायला लागलं तेव्हा मात्र मी माझा प्रश्न रेटला. म्हणालो, ''मावशी मी म्हणत होतो मतासाठीच हे पुढारी पैसा खर्च करतात का?''

ती : नाही तर काय? या जगात फुकट काय मिळतं ते तरी सांग... पाणी इकत, ही इथं बसायची जागा इकत, दवा इकत, आता तर बाटलीत वारं भरून इकणार हाय म्हणत्याती... तुला ठाऊक असंल सगळं... मी इचारते फुकट कोण कुणाला देतं का? तो बिचारा एवढं देवदेव करून देतो तर त्येला मत द्यायला नको का? आणि रोज रोज कुठलं

आलंय... तो तरी भेटेल का आपल्याला... लोकशाही हाय, निवडणुका हायती म्हणून देवदेव करायला मिळतं गरिबाला... नाय तर बालाजी कसा दिसंल आमच्यासारख्यांना... आमचा पुढारी भारी गुणी हाय... स्वतः आमच्या घरात येऊन देवदेव करता का इचारतो...

मी : पण हा पुढारी एवढा खर्च करण्यासाठी कुठून पैसा आणत असंल?

ती : नाय बा ठाऊक... थोरा-मोठ्याचं कुणाला कधी गवसलं का?

बोलता बोलताच तिनं हिशेब केला. माझ्या नजरेला नजर भिडवत ती म्हणाली, "हो बाजूला, नाय तर माझ्या मागं येऊन उभा राहा."

आश्चर्य वाटावं, अशा प्रश्नावर मी 'का' असा उद्गार काढला.

ती हसत म्हणाली, "हत्ती येतूया नव्हं देवाचा... बघ तिकडं." मी मान वळवली. खरोखरच एक हत्ती येत होता. भाजीच्या प्रत्येक दुकानासमोर माहूत भला मोठा हत्ती थांबवायचा. कुणी त्याला बटाटा, फ्लॉवर, कोबी, काकडी, मेथी द्यायचा... हत्ती ते सोंडेत पकडून भल्या मोठ्या गोडावूनमध्ये म्हणजे आपल्या पोटात ढकलायचा. कुणी पाच-दहा रुपये द्यायचं... कुणी एखादं नाणं टाकायचं... हत्ती इमानेइतबारे ते माहुताकडं पोचवयचा...जसंच्या तसं...

मी मागं सरकलो. मावशीनं कोबीचा गड्डा हत्तीच्या सोंडेकडं नेला. कोबी घेऊन हत्ती पुढं सरकला. मग पुढचा दुकानदार त्याला काहीतरी द्यायच्या तयारीत राहिला.

मी मावशीला म्हणालो, "हत्ती रोज येतो का? आणि कशासाठी?"

ती : आता कशासाठी!, म्हणजे भीक मागण्यासाठी!. एवढं मोठं जनावर हाय. त्याला पोटबी मोठं हाय. खातं आणि जगतं बिचारं भीक मागून... हत्तीचं राहू दे... थोड्या येळानं नंदीवाला येईल, बहुरूपी येईल... पोतराज फटके मारून घेत उभा राहील... मग पिराची चादर फिरेल... मग अजून काय काय तरी घडत राहील... तुझं बरं हाय... तुम्ही लोक फ्लॅटमध्ये राहता... तिथं काय हत्ती येत नाय... आम्ही वस्त्यावरची माणसं हे सगळं करतच जगायचं... कुणाला नाय म्हणता येत नाय... पोतराजाला नाय म्हणून बघ... दातानं दंड फोडून घेतो... रगात उडतं... कधी कधी भाजीवर पडतं...

मावशी माझ्याशी बोलतच दुसरं गिऱ्हाईक करत होती. मी तिचे पैसे दिले. पिशवी स्कूटीला लटकवली. बटण दाबून ती स्टार्ट केली. मावशी ओरडून म्हणाली, "चार दिवसांत ये बेबीकडं... बालाजीचा प्रसाद देईल ती..."

मी हसतच म्हणालो, "मावशी निवडणूक लढवत नाहीय मी..."

मावशी : लढव की मग... कुणालाही लढवता येते. राहा की उभा आणि ने मला देवदेव करायला... माझं मत तुलाच देईन... आणि हे बघ पाच वरसातनं एकदाच येते लोकशाही... माहेरवाशिणीसारखी.

मावशीचं बोलणं कानावर झेललं आणि गाडी पळवू लागलो. मावशीनं जणू काही लोकशाहीची नवी व्याख्या शिकवल्यासारखं वाटायला लागलं... बी.ए. फायनल पूर्ण करण्यासाठी लोकशाहीची व्याख्या पाठ केली होती. राज्यघटनेचा निदान सांगाडा तरी लक्षात ठेवला होता. पण, साला मावशी म्हणजे आक्रित वाटायला लागली. तिनं केलेली व्याख्या मी कुठंच वाचली नव्हती. लोकशाही एक जीवनशैली असते आणि ती नागरिकांच्या श्वासागणिक व्यक्त होत असते. अशीही म्हटलं तर पोएटिक आणि म्हटलं तर लोकशाहीची सच्ची व्याख्या मावशीच्या आसपास मात्र दिसत नव्हती. पाच सालातनं एकदाच लोकशाही येते माहेरवाशिणीसारखी... हे ती किती आनंदात सांगत होती... पण माहेरवास झाल्यावर ती कुठं जात असंल आणि कोणत्या खुंटीवर लटकत असंल हे मात्र मावशीच्या शब्दांत ऐकायचं राहूनच गेलं!

४ डिसेंबर २०१६

■ ■ ■

उत्तम कांबळे यांची साहित्य संपदा

- **कादंबऱ्या :** श्राद्ध, अस्वस्थ नायक, पन्नास टक्क्यांची ठसठस, बुद्धाचा ऱ्हाट, शेवटून आला माणूस, मिरवणूक

- **कथासंग्रह :** रंग माणसांचे, कथा माणसांच्या, कावळे आणि माणसं, न दिसणारी लढाई, परत्या

- **ललित :** थोडंसं वेगळं, कुंभमेळ्यात भैरू, निवडणुकीत भैरू, तिरंग्यातून गेला बाप, फिरस्ती, जगण्याच्या जळत्या वाटा, अखंड घालमेल, संघर्ष : ज्याचा त्याचा, पावलातून बनते वाट, एक पोकळी असतेच..., उजेड-अंधाराचं आभाळ, श्वास आणि भास.

- **संशोधनपर ग्रंथ :** देवदासी आणि नग्नपूजा, भटक्यांचे लग्न, कुंभमेळा साधूंचा की संधिसाधूंचा, अनिष्ट प्रथा

- **चरित्रपर ग्रंथ :** वामनदादांच्या गीतातील भीमदर्शन, नागनाथअण्णा, कुसुमाग्रज सुर्वे आणि बागूल, काळजातले आर. आर. आबा

- **कवितासंग्रह :** जागतिकीकरणात माझी कविता, नाशिक तू एक सुंदर कविता, पाचव्या बोटावर सत्य, खूप दूर पोहोचलोत आपण, किनाऱ्यावरचा कालपुरुष

- **जागतिकीकरणावरील साहित्याचे संपादन :** जागतिकीकरण आणि दलितांचे प्रश्न, झोत : सामाजिक न्यायावर, जागतिकीकरणातील मराठी कविता, जागतिकीकरणाची अरिष्टे, श्रमिकांचे जग : काल, आज आणि उद्या, जागतिकीकरणातील सांस्कृतिक संघर्ष

- **संपादने :** प्रथा अशी न्यारी, गजाआडच्या कविता (कैद्यांच्या कवितांचे संपादन), रावसाहेब कसबे यांचे क्रांतिकारी चिंतन, शेतकऱ्यांच्या आत्महत्या : एक शोध, अण्णाभाऊ साठे साहित्य संमेलन : पाच अध्यक्षांची भाषणे, यशवंतराव चव्हाण : नवमहाराष्ट्राचे शिल्पकार

- **अग्रलेखांचे संपादन :** डोंगरासाठी काही फुले

- **मुलाखती संपादन :** लढणाऱ्यांच्या मुलाखती, आरपार कॉम्रेड

- **आत्मकथने :** वाट तुडवताना, आई समजून घेताना

- **डायऱ्या :** एका संमेलनाध्यक्षाची निवडणूक डायरी, एका स्वागताध्यक्षाची डायरी

- **लेखकावरील ग्रंथ :** उत्तम कांबळे यांचे निवडक साहित्य – डॉ. प्रल्हाद लुलेकर
  अस्वस्थ नायकाचे अंतरंग – प्रा. सरोज जगताप, अव्यक्त माणसाच्या कथा – राजन गवस
  उत्तम कांबळे यांच्या निवडक प्रस्तावना – डॉ. मिलिंद कसबे
  उत्तम कांबळे यांची आत्मकथने : चर्चा आणि चिकित्सा – डॉ. शैलेश त्रिभुवन

www.ingramcontent.com/pod-product-compliance
Lightning Source LLC
Chambersburg PA
CBHW031746150726
47989CB00006B/2618